AF175513

Impressum
Verlag: BABADADA GmbH, Nedderfeld 112 , 22529 Hamburg
Geschäftsführer / Verlagsleitung: Harald Hof
Druck: Books on Demand GmbH, In de Tarpen 42, 22848 Norderstedt

Imprint
Publisher: BABADADA GmbH, Nedderfeld 112 , 22529 Hamburg, Germany
Managing Director / Publishing direction: Harald Hof
Print: Books on Demand GmbH, In de Tarpen 42, 22848 Norderstedt, Germany

de School
trường học

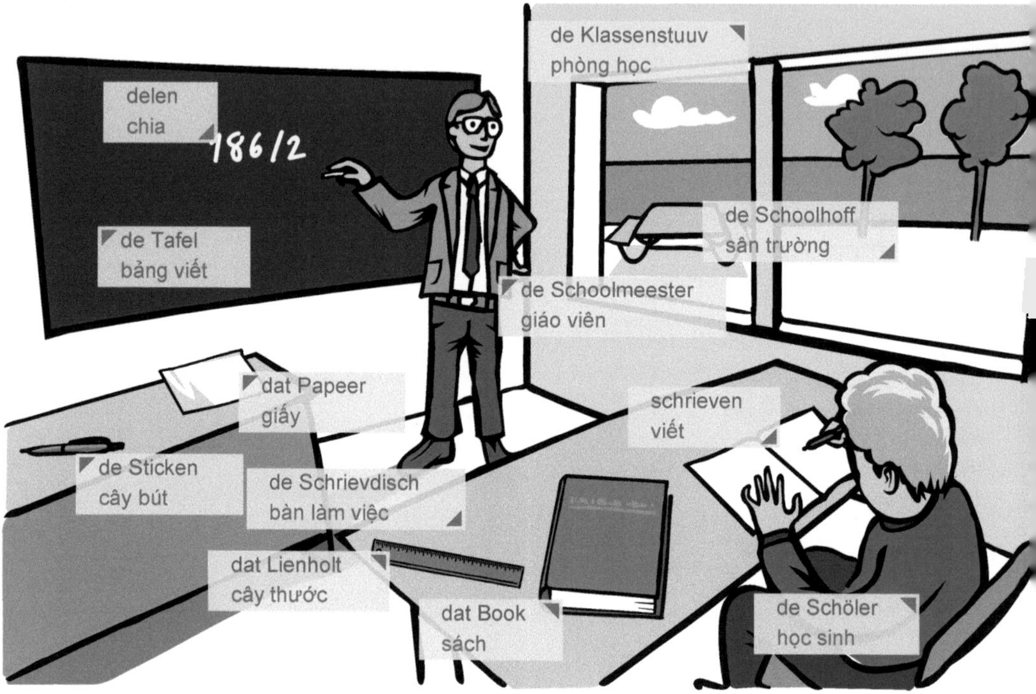
de Klassenstuuv
phòng học
delen
chia
186/2
de Schoolhoff
sân trường
de Tafel
bảng viết
de Schoolmeester
giáo viên
dat Papeer
giấy
schrieven
viết
de Sticken
cây bút
de Schrievdisch
bàn làm việc
dat Lienholt
cây thước
dat Book
sách
de Schöler
học sinh

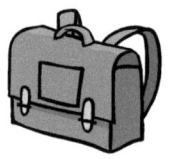

de Ranzel

cặp đeo vai học sinh

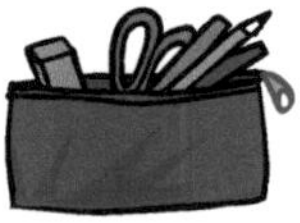

de Feddermapp

hộp đựng bút

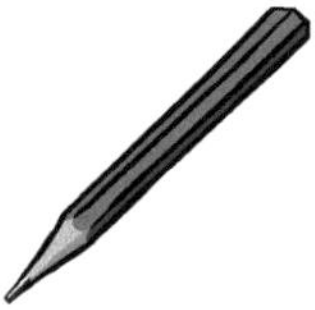

de Bleesticken

bút chì

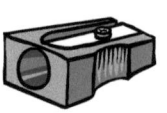

de Scharpmaker

cái gọt bút chì

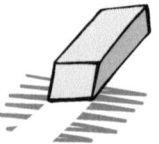

dat Radeergummi

cục tẩy

de Tekenblock

tập giấy vẽ

de Teken

bản vẽ

de Pinsel

cọ vẽ

de Malkassen

hộp mực vẽ

de Scheer

cây kéo

de Klever

keo dán

dat Heft to'n Öven

sách bài tập

de Huusopgaav

bài tập ở nhà

12

de Tall

số

2+2

tohooptellen

cộng

5-2

aftrecken

trừ

2×2

malnehmen

nhân

reken

tính toán

A

de Bookstaav

chữ cái

ABCDEFG
HIJKLMN
OPQRSTU
VWXYZ

dat ABC

bảng chữ cái

dat Woort

từ

de School - trường học

de Text

văn bản

lesen

đọc

de Kried

phấn viết

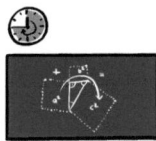

de Stunn

bài học

dat Klassenbook

sổ lớp

de Pröven

thi kiểm tra

dat Tüügnis

chứng chỉ

de Schooluniform

đồng phục học sinh

de Utbillen

giáo dục

dat Nakieksel

từ điển bách khoa

de Universität

đại học

dat Mikroskop

kính hiển vi

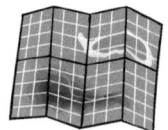

de Koort

bản đồ

de Papeerkorf

thùng rác giấy

de Törn
du lịch

dat Hotel
khách sạn
Grand
de Harbarg
nhà trọ
ROOMS
de Wesselstuuv
quầy đổi tiền
de Kuffer
va li
dat Auto
xe ô tô

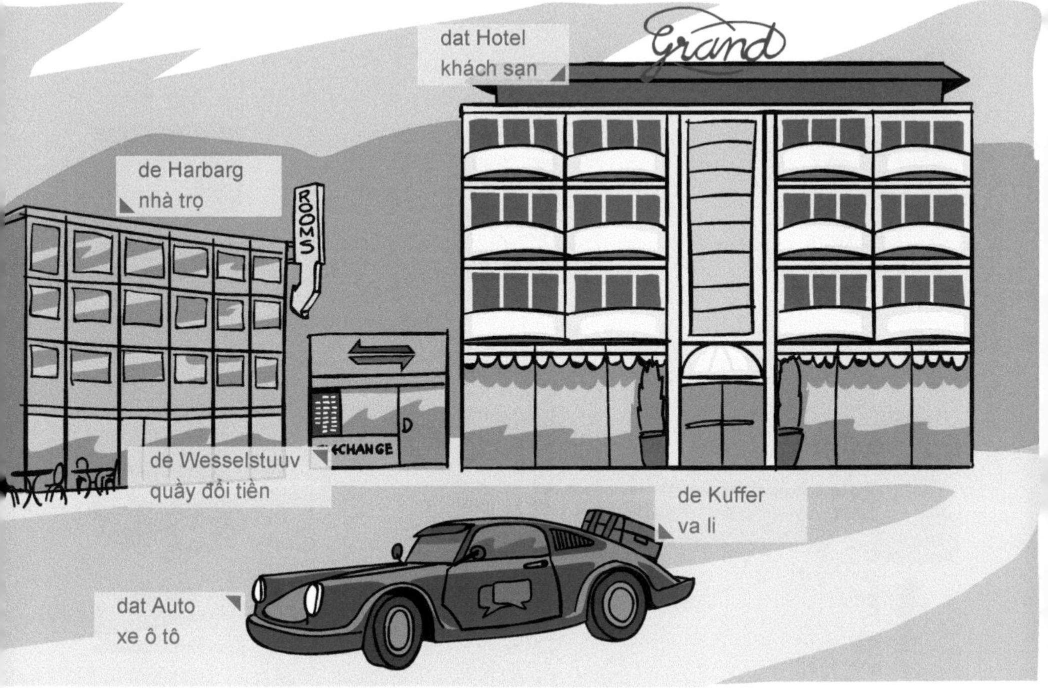

de Spraak
ngôn ngữ

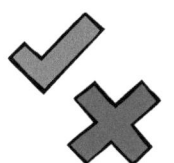

jo / ne
có / không

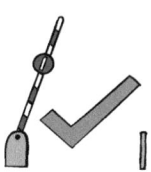

Jo
ô kê

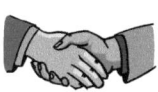

Moin
Xin chào

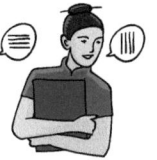

de Översetter
thông dịch viên

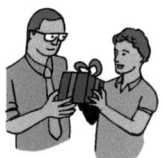

Dank ok
cám ơn

Wat kost…?

… bao nhiêu tiều?

Ik verstah nich

tôi không hiểu

dat Problem

vấn đề

Goden Avend

Xin chào! (buổi tối)

Moin!

xin chào! (buổi sáng)

Gode Nacht!

chúc ngủ ngon!

Tschüüs

tạm biệt

de Richt

hướng đi

de Bagaasch

hành lý

de Tasch

túi xách

de Rüchsack

túi ba lô

de Gast

khách

de Stuuv

phòng

de Slaapsack

túi ngủ

dat Telt

lều

Touristeninformatschoon

thông tin du lịch

de Strand

bãi biển

de Kreditkoort

thẻ tín dụng

dat Fröhstück

ăn sáng

dat Meddageten

ăn trưa

dat Avendeten

ăn tối

de Fohrkort

vé xe

de Fohrstohl

thang máy

de Breefmark

tem bưu điện

de Grenz

biên giới

de Toll

hải quan

de Bottschop

đại sứ quán

dat Visum

thị thực

de Pass

hộ chiếu

de Transport
vận chuyển

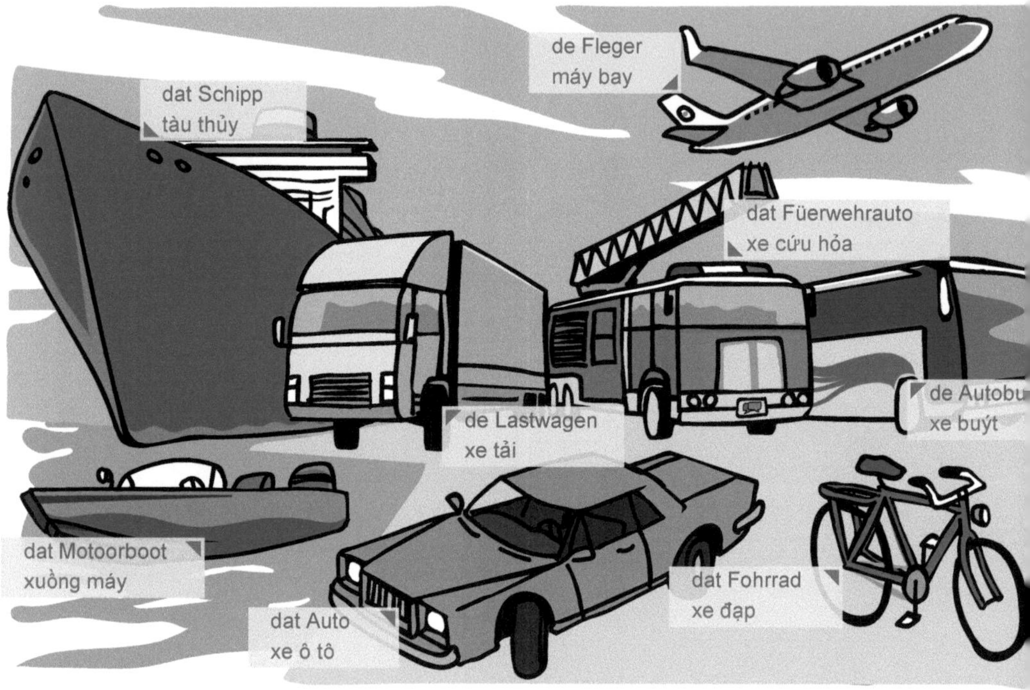

de Fleger
máy bay
dat Schipp
tàu thủy
dat Füerwehrauto
xe cứu hỏa
de Autobu
xe buýt
de Lastwagen
xe tải
dat Motoorboot
xuồng máy
dat Fohrrad
xe đạp
dat Auto
xe ô tô

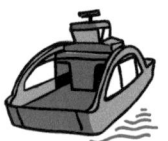

de Fähr

phà

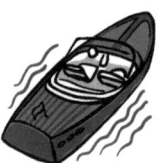

dat Boot

xuồng

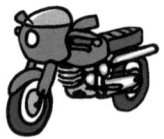

dat Motoorrad

xe máy

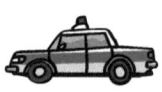

dat Polizeiauto

xe cảnh sát

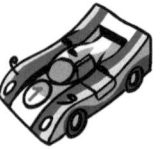

dat Rönnauto

xe đua

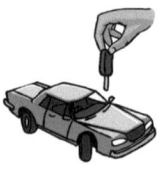

de Lehnwagen

xe cho thuê

dat Carsharing

dịch vụ thuê xe tự lái

de Afsleepwagen

xe kéo cứu hộ

dat Müllauto

xe rác

de Motoor

động cơ

de Kraftstoff

xăng

de Tanksteed

trạm xăng

dat Verkehrsschild

biển báo giao thông

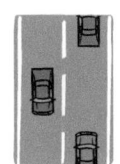

de Verkehr

giao thông

de Stau

ách tắc giao thông

de Afstellplatz

bãi đậu xe

de Bahnhoff

nhà ga

de Sporen

đường ray

de Tog

xe lửa

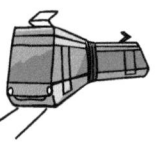

de Stratenbahn

tàu điện

de Wagon

toa xe

de Dwarsmöhl

máy bay trực thăng

de Flooghaven

sân bay

de Tower

tháp

de Fohrgast

hành khách

de Grootkist

côngtenơ

de Karton

thùng các-tông

de Koor

xe đẩy

de Korf

cái giỏ

starten / lannen

cất cánh / hạ cánh

de Stadt
thành phố

dat Dörp

làng

de Binnenstadt

trung tâm thành phố

dat Huus

nhà

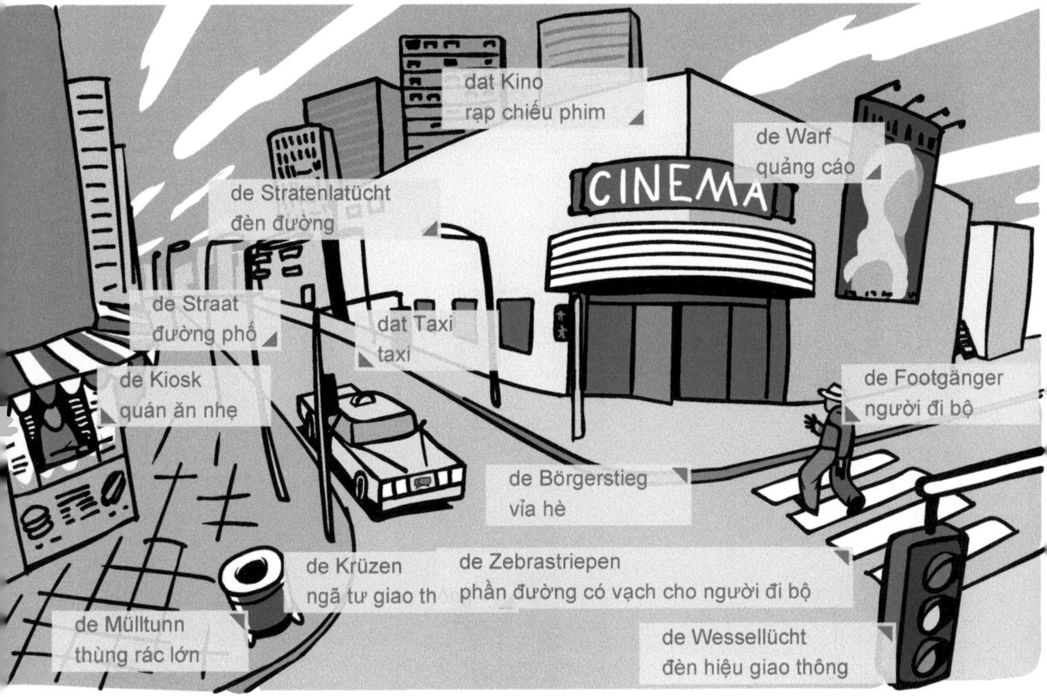

dat Kino
rạp chiếu phim

de Warf
quảng cáo

de Stratenlatücht
đèn đường

CINEMA

de Straat
đường phố

dat Taxi
taxi

de Kiosk
quán ăn nhẹ

de Footgänger
người đi bộ

de Börgerstieg
vỉa hè

de Krüzen
ngã tư giao th

de Zebrastriepen
phần đường có vạch cho người đi bộ

de Mülltunn
thùng rác lớn

de Wessellücht
đèn hiệu giao thông

de Hütt

nhà chòi

de Wahnung

căn hộ

de Bahnhoff

nhà ga

dat Raathuus

tòa thị chính

dat Museum

viện bảo tàng

de School

trường học

de Universität

đại học

de Bank

ngân hàng

dat Krankenhuus

bệnh viện

dat Hotel

khách sạn

de Afteek

hiệu thuốc

dat Büro

văn phòng

de Bookhökerie

hiệu sách

de Hökerie

cửa hiệu

de Blomenhökerie

cửa hiệu bán hoa

de Supermarkt

siêu thị

de Markt

chợ

dat Koophuus

cửa hàng bách hóa

de Fischhökerie

người bán cá

dat Inkoopszentrum

trung tâm mua bán

de Haven

bến cảng

de Parkanlaag

công viên

de Bank

ghế băng

de Brüch

cầu

de Trepp

cầu thang

de Ünnergrundbahn

tàu điện ngầm

de Tunnel

đường hầm

de Busstoppsteed

trạm xe buýt

de Bar

quán bar

dat Spieslokal

khách sạn

de Breefkassen

hòm thư công cộng

dat Stratenschild

bảng hiệu đường

de Parkklock

đồng hồ đậu xe

de Deertenpark

vườn bách thú

de Baadanstalt

bể bơi

de Moschee

nhà thờ Hồi giáo

de Buernhoff

nông trại

de Ümweltversmudden

ô nhiễm môi trường

de Karkhoff

nghĩa trang

de Kark

nhà thờ

de Speelplatz

sân chơi

de Tempel

ngôi đền

de Landschop
phong cảnh

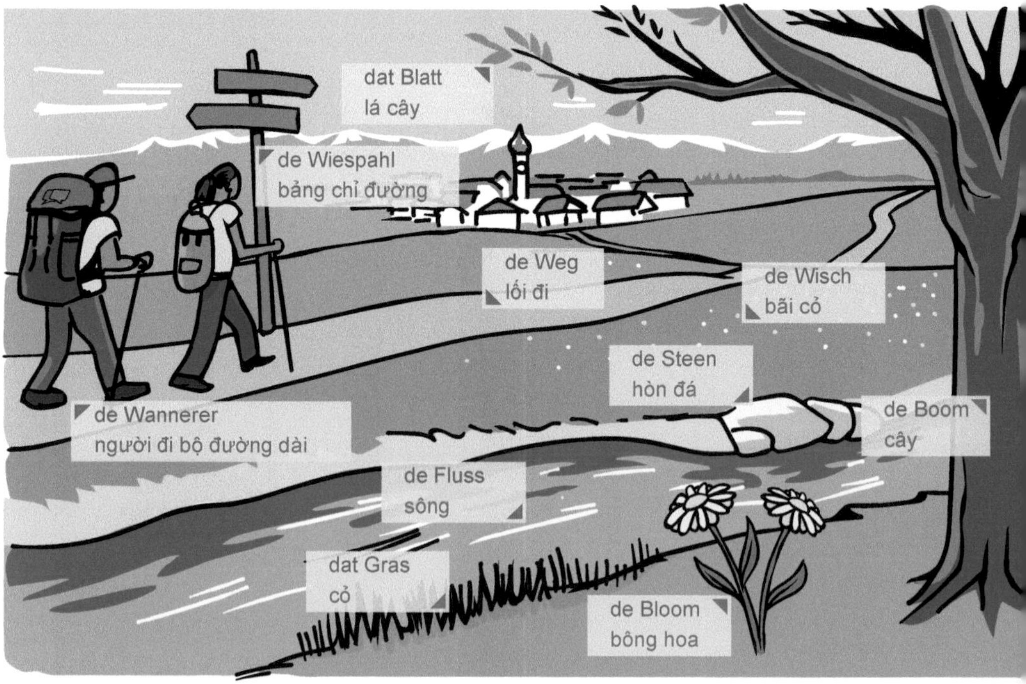

dat Blatt
lá cây

de Wiespahl
bảng chỉ đường

de Weg
lối đi

de Wisch
bãi cỏ

de Steen
hòn đá

de Boom
cây

de Wannerer
người đi bộ đường dài

de Fluss
sông

dat Gras
cỏ

de Bloom
bông hoa

dat Daal

thung lũng

de Barg

đồi

de See

hồ nước

dat Holt

rừng

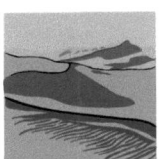

de Wööst

sa mạc

de Füerspien Barg

núi lửa

dat Slott

lâu đài

de Regenbagen

cầu vồng

de Poggenstohl

nấm

de Palm

cây cọ

de Steekmück

con muỗi

de Fleeg

con ruồi

de Miegeemk

con kiến

de Imm

con ong

de Spinn

con nhện

de Sebber

bọ cánh cứng

de Pogg

con ếch

de Katteker

con sóc

de Swienegel

con nhím

de Haas

con thỏ

de Uul

con cú

de Vagel

con chim

de Swaan

thiên nga

dat Wildswien

heo rừng

de Hirsch

con hươu

de Elk

nai sừng tấm

de Staudamm

đê

dat Windrad

tuabin gió

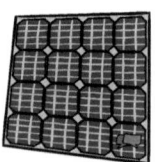

dat Solarmodul

tấm năng lượng mặt trời

dat Klima

khí hậu

dat Spieslokal
khách sạn

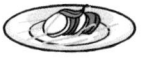

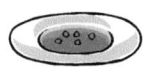

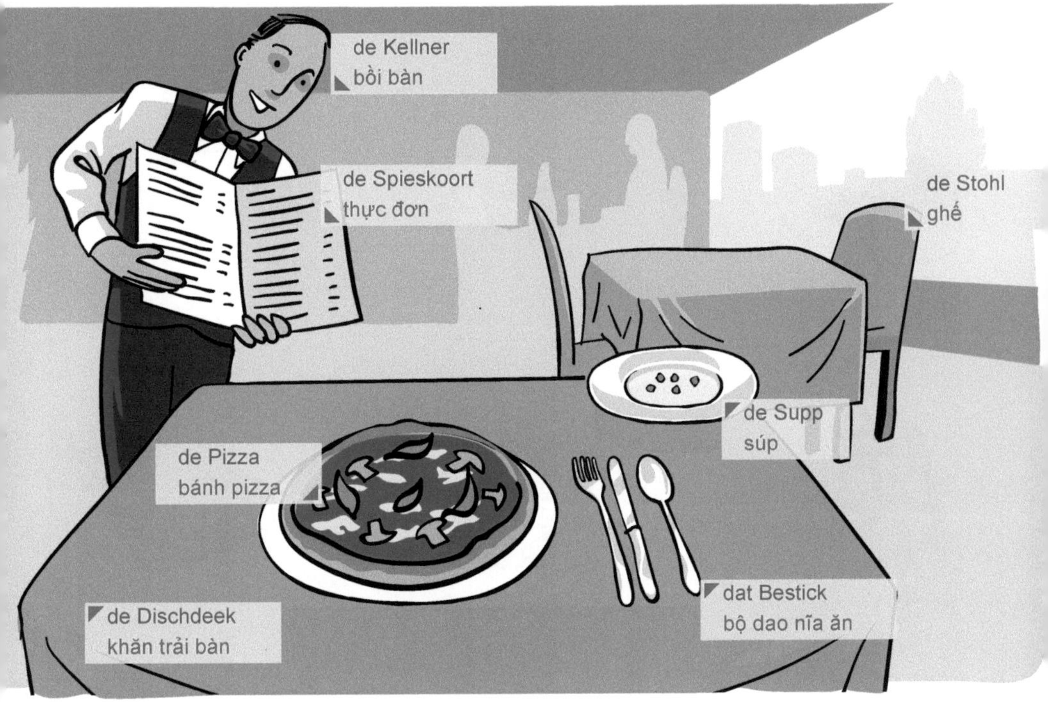
de Kellner
bồi bàn
de Spieskoort
thực đơn
de Stohl
ghế
de Supp
súp
de Pizza
bánh pizza
dat Bestick
bộ dao nĩa ăn
de Dischdeek
khăn trải bàn

de Vörspies

món ăn khai vị

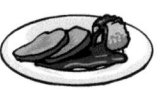

dat Haupteten

món ăn chính

de Nadisch

món tráng miệng

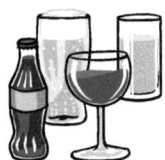

de Drünk

thức uống

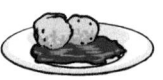

dat Eten

thức ăn

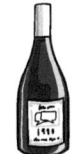

de Buddel

cái chai

dat Fastfood

thức ăn nhanh

dat Strateneten

thức ăn đường phố

de Teekann

ấm trà

de Zuckerdoos

hộp đường

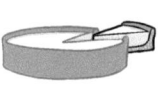

de Portschoon

khẩu phần

de Espressomaschien

máy pha espresso

de Hoochstohl

ghế cao

de Reken

hóa đơn

dat Tablett

khay

dat Mess

dao

de Gavel

nĩa

de Lepel

thìa

de Teelepel

thìa uống trà

dat Munddook

khăn ăn

dat Glas

cốc thủy tinh

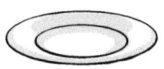

de Töller

đĩa

de Suppentöller

đĩa súp

de Ünnertass

đĩa lót cốc

de Sooß

nước sốt

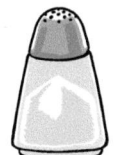

de Soltstreuer

lọ muối

de Pepermöhl

cái xay tiêu

de Etig

giấm

dat Ööl

dầu

de Krüder

gia vị

de Ketchup

nước xốt cà chua

de Mostrich

tương hạt cải

de Mayonnaise

nước sốt mayonnaise

de Supermarkt

siêu thị

dat Anbott
chào giá đặc biệt
FOR
de Kunn
khách hàng
de Melkprodukten
sản phẩm từ sữa
dat Aaft
trái cây
de Inkoopswagen
xe đẩy mua sắm

BUTCHERS

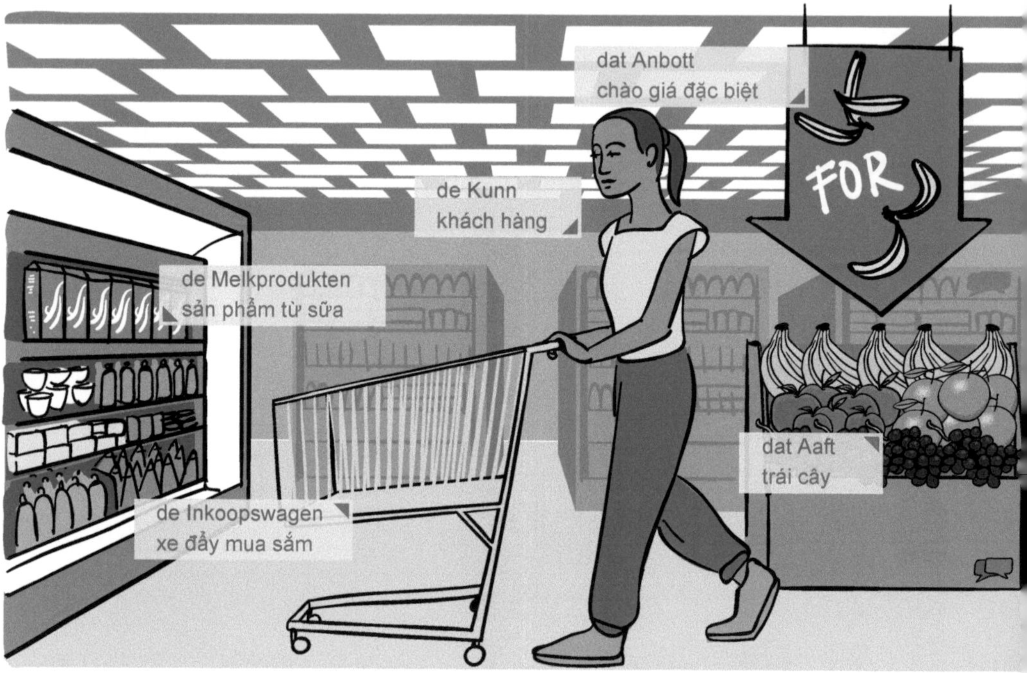

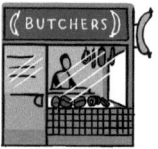

de Slachterie

lò mổ

BAKERY

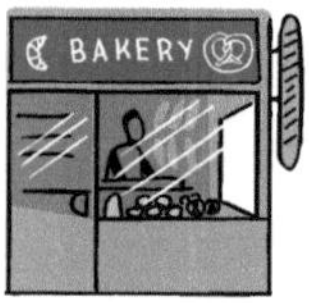

de Bäckerie

cửa hiệu bán bánh mì

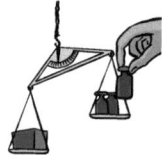

wegen

cân nặng

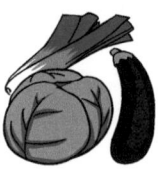

de Gröönsaken

rau quả

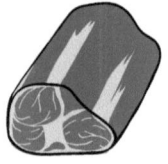

dat Fleesch

thịt

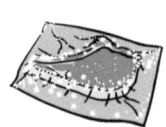

de Deepköhlkost

thức ăn đông lạnh

de Opsnitt

lát thịt nguội

de Konserven

đồ hộp

de Waschmiddel

bột giặt

de Snoopkraam

đồ ngọt

de Huushooltssaken

sản phẩm dùng trong gia đình

de Reinmaaktüüch

chất tẩy rửa

de Verköpersche

người bán hàng

de Kass

quầy trả tiền

de Kasserer

nhân viên thu ngân

de Inkoopslist

danh sách mua sắm

de Opsparrtieden

giờ mở cửa

de Breeftasch

ví tiền

de Kreditkoort

thẻ tín dụng

de Tasch

túi đeo

de Plastiktüüt

túi ny lông

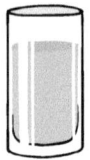

dat Water

nước

de Saft

nước quả ép

de Melk

sữa

de Cola

coca-cola

de Wien

rượu vang

dat Beer

bia

de Spriet

cồn

de Kakao

cacao

de Tee

trà

de Koffie

cà phê

de Espresso

espresso

de Cappucino

cappuccino

de Banaan

chuối

de Appel

quả táo

de Appelsien

quả cam

de Meloon

dưa hấu

de Zitroon

chanh

de Wöttel

cà rốt

de Knuuvlook

tỏi

de Bambus

tre

de Zibbel

củ hành

de Poggenstohl

nấm

de Nööt

hạt dẻ

de Nudeln

mì

de Spaghetti

mì spaghetti

de Ries

cơm

de Salat

xà lách

de Pommes frites

khoai tây chiên

de Braadkantüffeln

khoai tây chiên

de Pizza

bánh pizza

de Hamborger

bánh hamburger

dat Sandwich

bánh mì sandwich

dat Snitzel

thịt côtlet

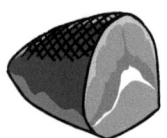

de Schinken

thịt giăm bông

de Salami

xúc xích

de Wust

dồi

dat Hohn

gà

de Braden

rán

de Fisch

cá

de Haverflocken

cháo yến mạch

dat Müsli

cháo muesli

de Cornflakes

bánh bột ngô nướng

dat Mehl

bột mì

de Croissant

bánh sừng bò

dat Rundstück

bánh mì

dat Broot

bánh mì

dat Toast

bánh mì nướng

de Keksen

bánh bích quy

de Botter

bơ

de Quark

sữa đông

de Koken

bánh ngọt

dat Ei

trứng

dat Spegelei

trứng rán

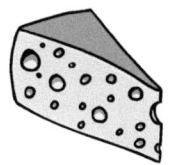

de Kees

pho mát

de Ies

kem

de Zucker

đường

de Honnig

mật ong

de Marmelaad

mứt

de Nougat-Creme

kem nougat

dat Curry

cà ri

de Buernhoff

nông trại

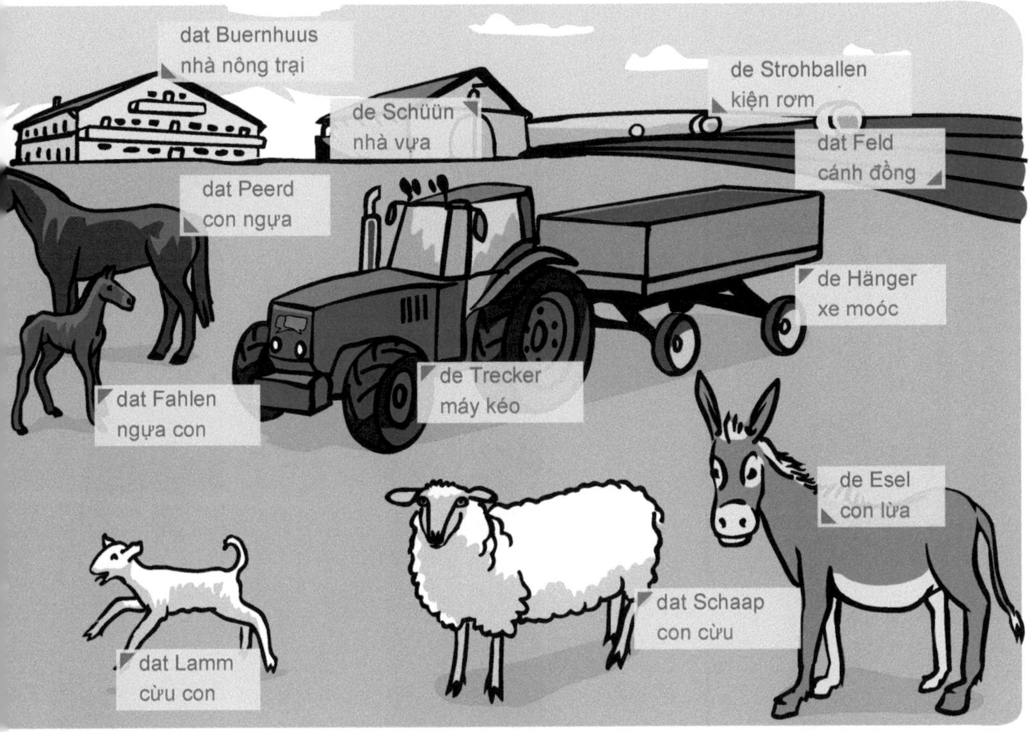
dat Buernhuus
nhà nông trại
de Schüün
nhà vựa
de Strohballen
kiện rơm
dat Feld
cánh đồng
dat Peerd
con ngựa
de Hänger
xe moóc
de Trecker
máy kéo
dat Fahlen
ngựa con
de Esel
con lừa
dat Schaap
con cừu
dat Lamm
cừu con

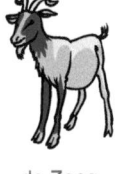

de Zeeg
con dê

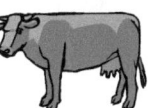

de Koh
con bò

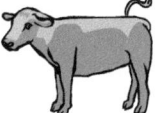

dat Kalf
con bê

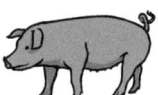

dat Swien
con lợn

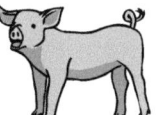

dat Farken
lợn con

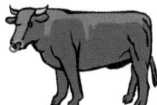

de Bull
bò đực

de Goos

con ngỗng

de Aant

con vịt

dat Küken

gà con

dat Hohn

gà mái

de Hahn

gà trống

de Rott

con chuột

de Katt

mèo

de Muus

chuột nhắt

de Oss

bò đực

de Hund

con chó

de Hunnenhütt

nhà chuồng chó

de Goornslauch

ống tưới vườn cây

de Geetkann

thùng tưới cây

de Lee

lưỡi hái

de Ploog

cái cày

de Sich

cái liềm

de Hack

cái cuốc

de Mestfork

cái chĩa

de Ext

cái rìu

de Schuufkoor

xe cút kít

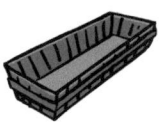

de Trog

máng ăn

de Melkkann

lọ sữa

de Sack

bao tải

de Tuun

hàng rào

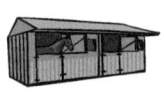

de Stall

chuồng

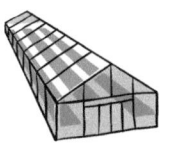

dat Drievhuus

nhà kính trồng cây

de Bodden

đất trồng

de Saat

hạt giống

de Dünger

phân bón

de Meihdöscher

máy gặt đập liên hợp

oornen

thu hoạch

de Oorn

mùa thu hoạch

de Yamswöttel

khoai lang

de Weten

lúa mì

dat Soja

đậu nành

de Kantüffel

khoai tây

de Törksche Weten

ngô

de Rapp

hạt cải dầu

de Aaftboom

cây ăn trái

de Troopsch Kantüffel

sắn

dat Koorn

ngũ cốc

dat Huus

nhà

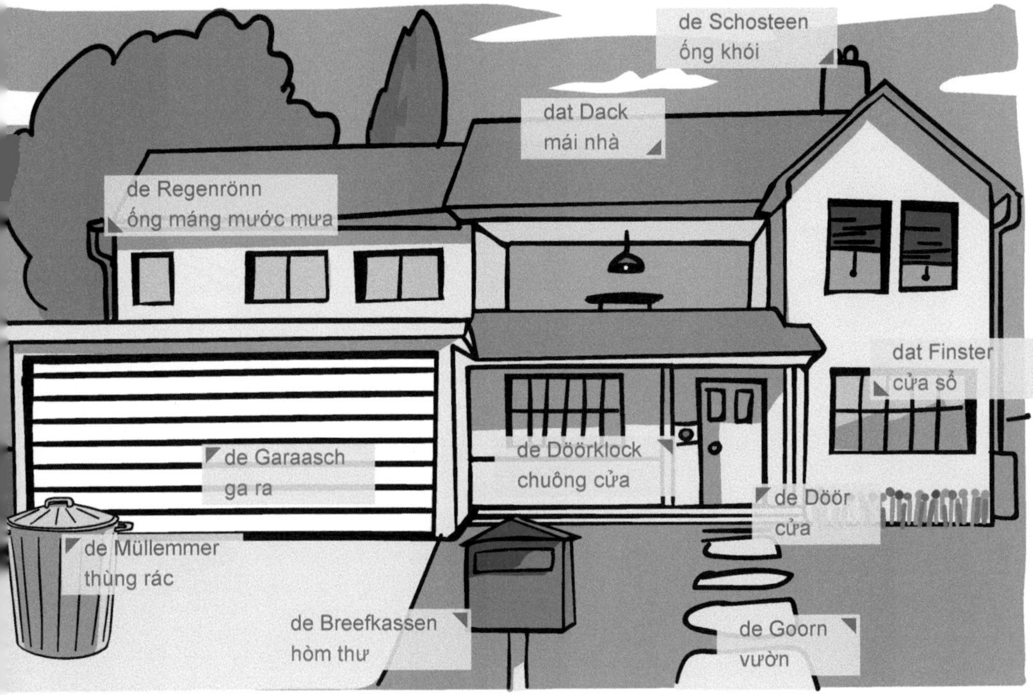
de Schosteen
ống khói
dat Dack
mái nhà
de Regenrönn
ống máng mước mưa
dat Finster
cửa sổ
de Garaasch
ga ra
de Döörklock
chuông cửa
de Döör
cửa
de Müllemmer
thùng rác
de Breefkassen
hòm thư
de Goorn
vườn

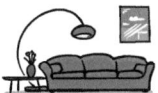

de Wahnstuuv

phòng khách

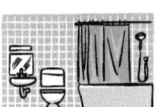

de Baadstuuv

phòng tắm

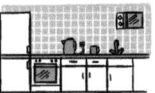

de Köök

bếp

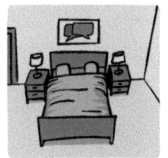

de Slaapstuuv

phòng ngủ

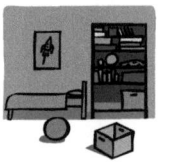

de Kinnerstuuv

phòng trẻ em

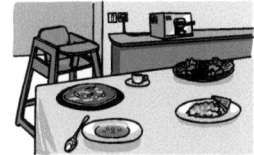

de Eetstuuv

phòng ăn

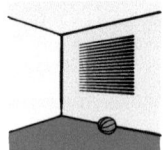

de Footbodden

nền nhà

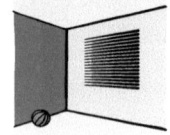

de Wand

tường

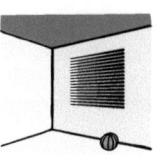

de Deek

trần nhà

de Keller

tầng hầm

dat Hittluftbad

tắm hơi

de Balkon

ban công

de Terrass

sân hiên

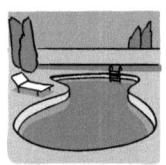

dat Swümmbad

bể bơi

de Rasenmeiher

máy cắt cỏ

de Bettbetog

khăn trải giường

de Bettdeek

khăn trải giường

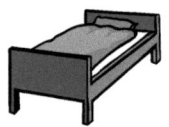

de Puuch

giường

de Bessen

chổi

de Emmer

cái xô

de Schalter

công tắc điện

de Wahnstuuv
phòng khách

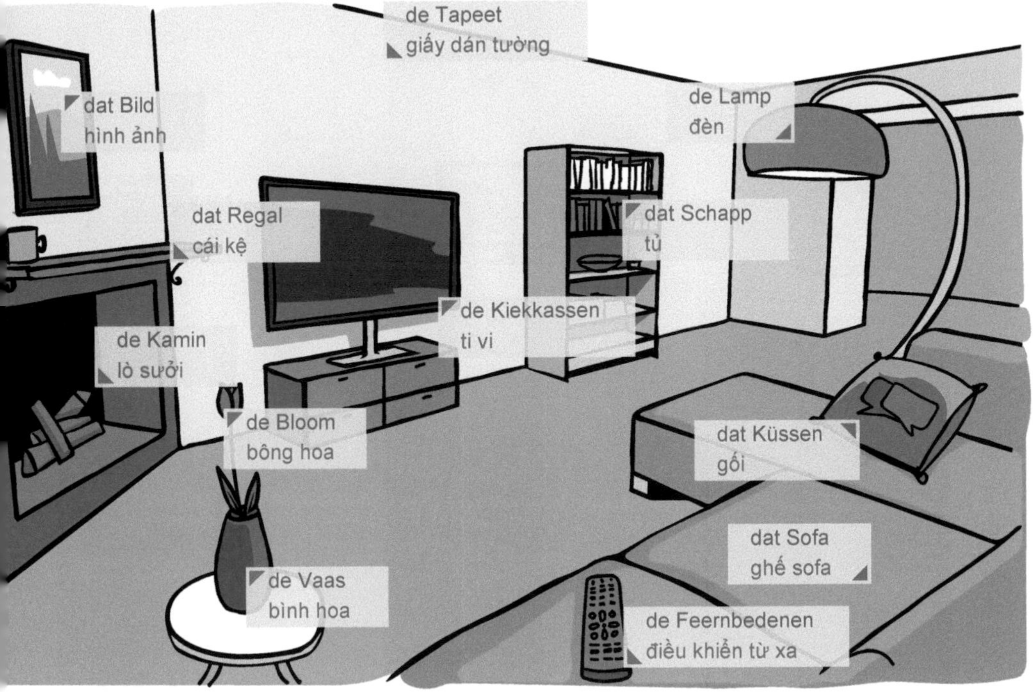

de Tapeet
giấy dán tường
dat Bild
hình ảnh
de Lamp
đèn
dat Regal
cái kệ
dat Schapp
tủ
de Kiekkassen
ti vi
de Kamin
lò sưởi
de Bloom
bông hoa
dat Küssen
gối
dat Sofa
ghế sofa
de Vaas
bình hoa
de Feernbedenen
điều khiển từ xa

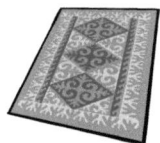

de Teppich

thảm

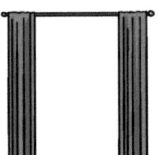

de Vörhang

rèm

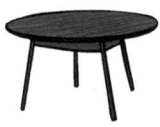

de Disch

cái bàn

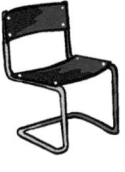

de Stohl

ghế

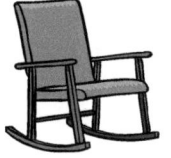

de Schuckelstohl

ghế bập bênh

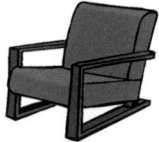

de Sessel

ghế bành

dat Book

sách

de Deek

cái chăn

de Dekoratschoon

đồ trang trí

dat Füerholt

củi

de Film

phim

de Stereoanlaag

máy hi-fi

de Slötel

chìa khóa

dat Narichtenblatt

báo

dat Gemälde

bức tranh

dat Poster

áp phích

dat Radio

radio

de Opschrievblock

sổ ghi chép

de Huulbessen

máy hút bụi

de Kaktus

cây xương rồng

de Kars

cây nến

de Köök
bếp

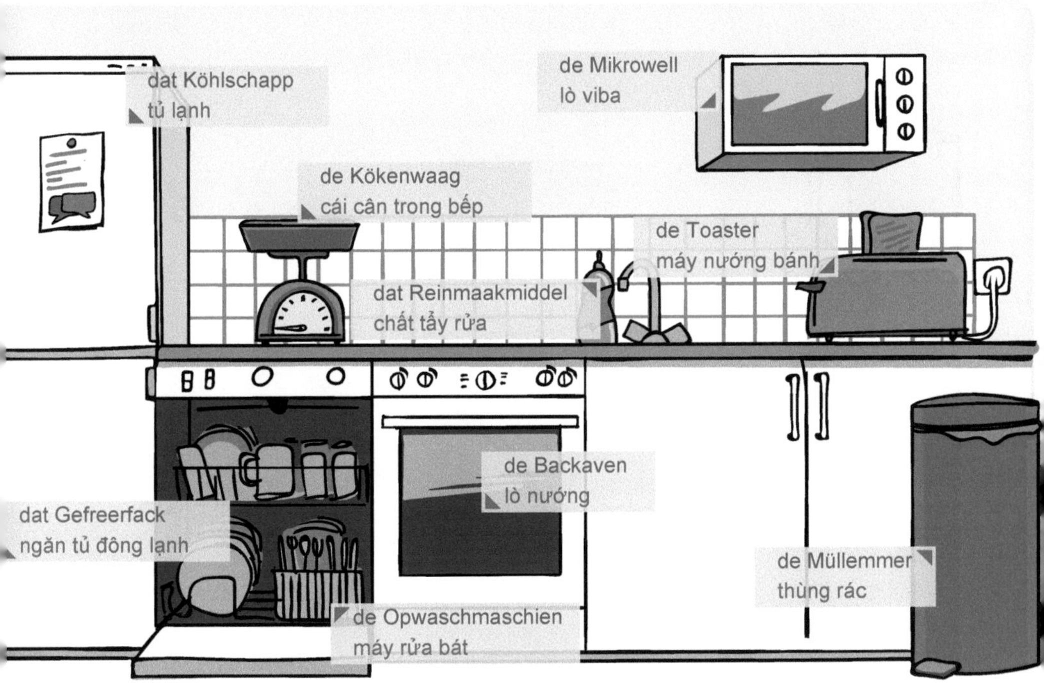

dat Köhlschapp
tủ lạnh
de Mikrowell
lò viba
de Kökenwaag
cái cân trong bếp
de Toaster
máy nướng bánh
dat Reinmaakmiddel
chất tẩy rửa
de Backaven
lò nướng
dat Gefreerfack
ngăn tủ đông lạnh
de Müllemmer
thùng rác
de Opwaschmaschien
máy rửa bát

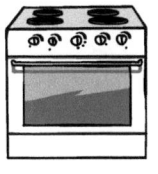

de Heerd

lò nấu

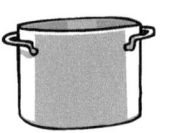

de Pott

nồi

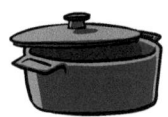

de Gussiesern Putt

nồi sắt

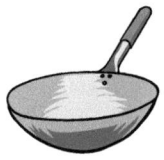

de Wok / Kadai

chảo

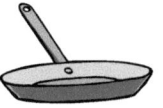

de Pann

chảo

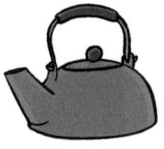

de Waterkaker

ấm đun nước

de Dampkaakputt

nồi đun hơi

dat Backblick

khay lò nướng

dat Geschirr

bát đĩa

de Beker

cốc

de Schaal

cái bát

de Eetsticken

đũa

de Suppenkell

cái vá

de Pannenwenner

bàn xẻng

de Sneebessen

que đánh kem

dat Kaakseef

rây dùng trong bếp

dat Seef

cái rây lọc

de Riev

cái nạo

de Mörser

vữa

de Grill

vỉ nướng

de Füerstell

ngọn lửa trần

dat Sniedbrett

cái thớt

dat Nudelholt

trục cán bột

de Proppentrecker

cái mở nút chai

de Doos

vỏ đồ hộp

de Dosenaapner

cái mở vỏ đồ hộp

de Pottlappen

miếng nhấc nồi

dat Waschbecken

bồn rửa bát

de Böst

bàn chải

de Swamm

miếng xốp

de Mixer

máy xay

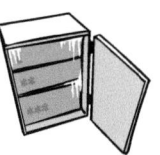

dat Iesschapp

tủ đông lạnh

de Nuckelbuddel

bình sữa cho trẻ sơ sinh

de Waterhahn

vòi nước

de Baadstuuv
phòng tắm

de Heizung
lò sưởi
dat Handdook
khăn lau
de Bruus
vòi hoa sen
de Bruusvörhang
rèm che ngăn tắm
dat Schuumbad
tắm bọt
de Baadwann
bồn tắm
dat Glas
cốc thủy tinh
de Waschmaschien
máy giặt
de Waterhahn
vòi nước
de Fliesen
gạch lát
de lütte Putt
cái bô
dat Waschbecken
bồn rửa bát

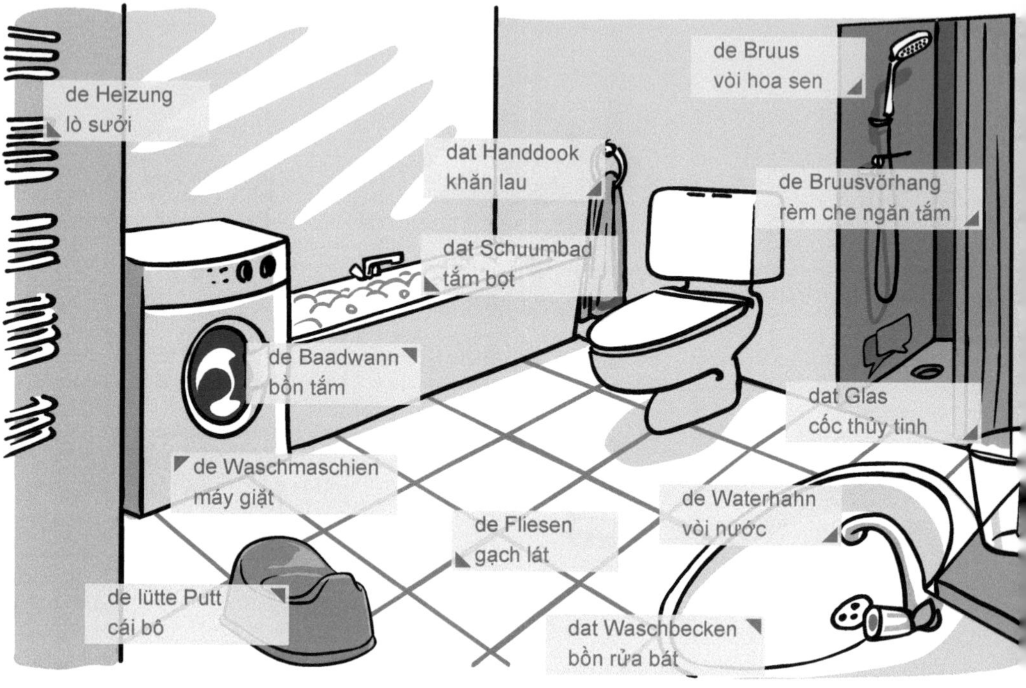

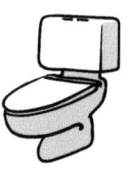

de Tante Meier

bồn cầu

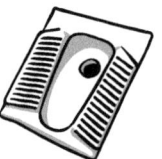

de Hockklo

bồn cầu ngồi xổm

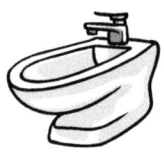

dat Bidet

bồn rửa hậu môn

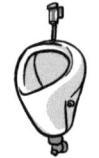

dat Miegbecken

bồn tiểu tiện

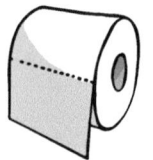

dat Klopapeer

giấy vệ sinh

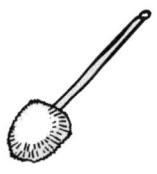

de Kloböst

bàn chải cọ bồn cầu

de Tähnböst

bàn chải đánh răng

de Tähnpast

kem đánh răng

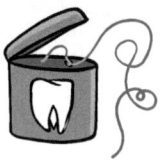

de Tähnsied

chỉ nha khoa

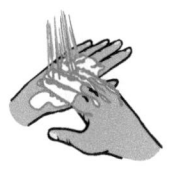

waschen

rửa

de Handbruus

vòi sen cầm tay

de Intimbruus

vòi rửa hậu môn

de Waschschöttel

bồn rửa

de Rüchböst

bàn chải cọ lưng

de Seep

xà phòng

dat Bruusgeel

sữa tắm

dat Hoorwaschmiddel

dầu gội

de Waschlappen

khăn cọ để tắm

de Afloop

lỗ thoát nước

de Creme

kem

dat Deodorant

chất khử mùi

de Spegel

gương

de Kosmetikspegel

gương tay

de Raserer

dao cạo râu

de Raseerschuum

kem cạo râu

dat Raseerwater

nước thơm dùng sau khi cạo râu

de Kamm

cái lược

de Böst

bàn chải

de Hoordröger

máy xấy tóc

dat Hoorspray

keo xịt tóc

de Smink

đồ trang điểm

de Lippensticken

thỏi son môi

de Nagellack

sơn bôi móng

de Watt

bông

de Nagelscheer

kéo cắt móng

dat Rüükwater

nước hoa

de Kulturbüdel

túi đựng đồ tắm

de Schemel

ghế đẩu

de Waag

cái cân

de Baadmantel

áo choàng tắm

de Gummihanschen

găng tay làm vệ sinh

de Tampon

nút gạc

de Damenbinn

băng vệ sinh

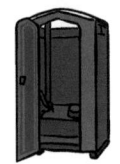

dat Chemieklo

nhà vệ sinh hóa chất

de Kinnerstuuv
phòng trẻ em

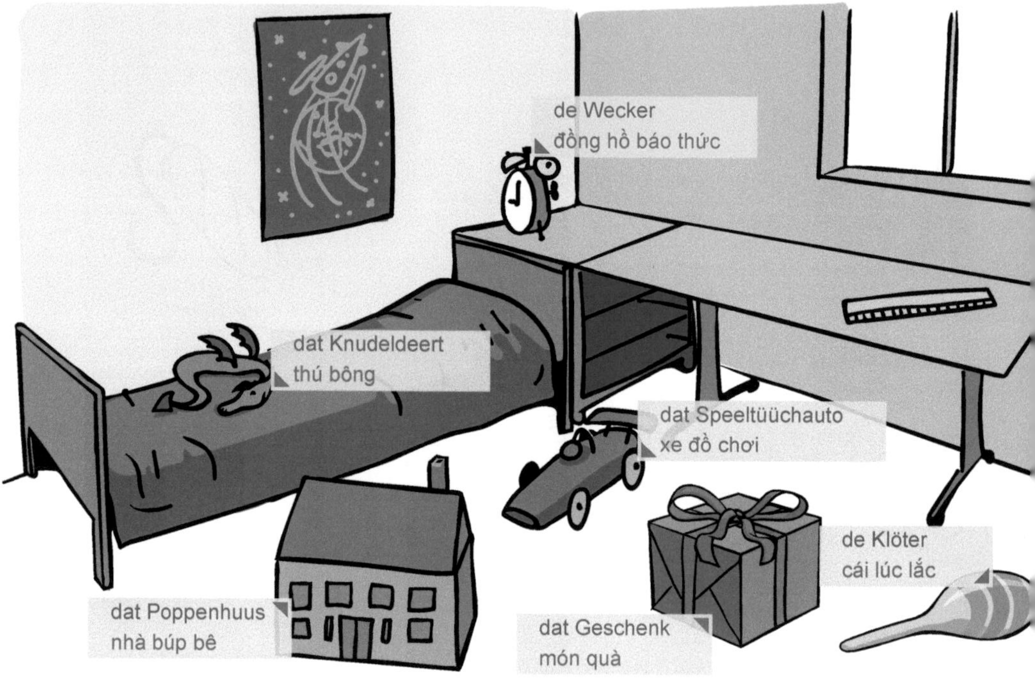
de Wecker
đồng hồ báo thức
dat Knudeldeert
thú bông
dat Speeltüüchauto
xe đồ chơi
de Klöter
cái lúc lắc
dat Poppenhuus
nhà búp bê
dat Geschenk
món quà

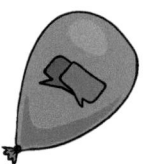

de Luftballon
bong bóng

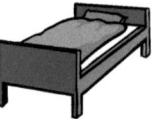

de Puuch
giường

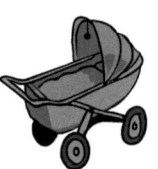

de Kinnerwagen
xe nôi

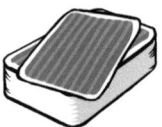

dat Koortenspeel
trò chơi bài

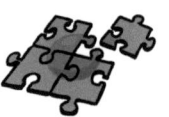

dat Puzzle
trò chơi ghép hình

de Billergeschicht
truyện tranh

de Legostenen

gạch Lego

de Bustenen

khối xếp hình

de Action-Figur

nhân vật hành động

de Strampelantog

liền quần cho trẻ sơ sinh

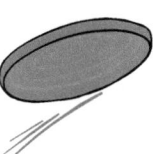

de Frisbeeschiev

đĩa nhựa để ném

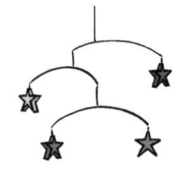

dat Mobile

đồ chơi treo trên giường

dat Brettspeel

trò chơi cờ bàn

de Wörpel

xúc xắc

de Modelliesenbahn

đồ chơi xe lửa mô hình

de Snuller

ti giả

de Party

buổi tiệc

dat Billerbook

sách tranh

de Ball

quả bóng

de Popp

búp bê

spelen

chơi

de Sandkassen

hố cát

de Schuckel

cái đu

dat Speeltüüch

đồ chơi

de Speelkonsool

máy chơi game cầm tay

dat Dreerad

xe ba bánh

de Teddyboor

gấu bông

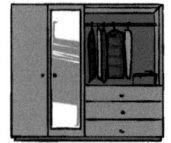

dat Klederschapp

tủ quần áo

dat Tüüch
y phục

de Socken

bít tất

de Strümp

bít tất dài

de Strumpbüx

quần tất

dat Halsdook
khăn choàng cổ

de Paraplü
ô che mưa

dat T-Shirt
áp phông

Liefreem
y thắt lưng

de Stevel
ủng

de Puuschen
dép đi trong nhà

de Turnschoh
giày sneaker

de Sandalen
dép xăng đan

de Schoh
giày

de Gummistevel
ủng cao su

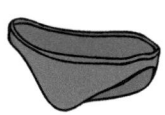

de Ünnerbüx
quần lót

de Bostholler
áo ngực

dat Ünnerhemd
áo vest

de Lief

áo ôm sát cơ thể

de Büx

quần dài

de Jeansnüx

quần bò

de Rock

váy

de Bluus

áo cánh

dat Hemd

áo sơ mi

de Pullover

áo len chui đầu

de Kapuzenpullover

áo len

de Blazer

áo blazer

de Jack

áo jacket

de Mantel

áo khoác

de Övertrecker

áo mưa

dat Kostüm

trang phục

dat Kleed

áo váy

dat Hochtietskleed

áo cưới

de Antog

bộ com lê

dat Nachtkleed

áo ngủ

de Slaapantog

pijama

de Sari

trang phục sari

dat Koppdook

khăn trùm đầu

de Turban

khăn đội đầu

de Burka

áo burka

de Kaftan

áo captan

de Abaya

áo aba

de Baadantog

quần áo bơi

de Baadbüx

quần bơi

de Korte Büx

quần đùi

de Antog to'n Öven

quần áo tracksuit

de Schört

tạp dề

de Handschoh

găng tay

de Knopp

cái cúc

de Brill

kính mắt

dat Armband

vòng đeo tay

de Halskeed

vòng cổ

de Ring

nhẫn

de Ohrbummel

hoa tai

de Mütz

mũ lưỡi trai

de Klederbögel

cái mắc treo áo quần

de Hoot

mũ

de Binner

cà vạt

de Rietslüter

dây kéo phéc mơ tuya

de Helm

mũ bảo hiểm

dat Drachtband

dây đeo quần

de Schooluniform

đồng phục học sinh

de Uniform

đồng phục

de Severböten

yếm trẻ em

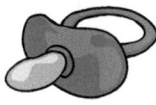

de Snuller

ti giả

de Winnel

tã lót

dat Büro
văn phòng

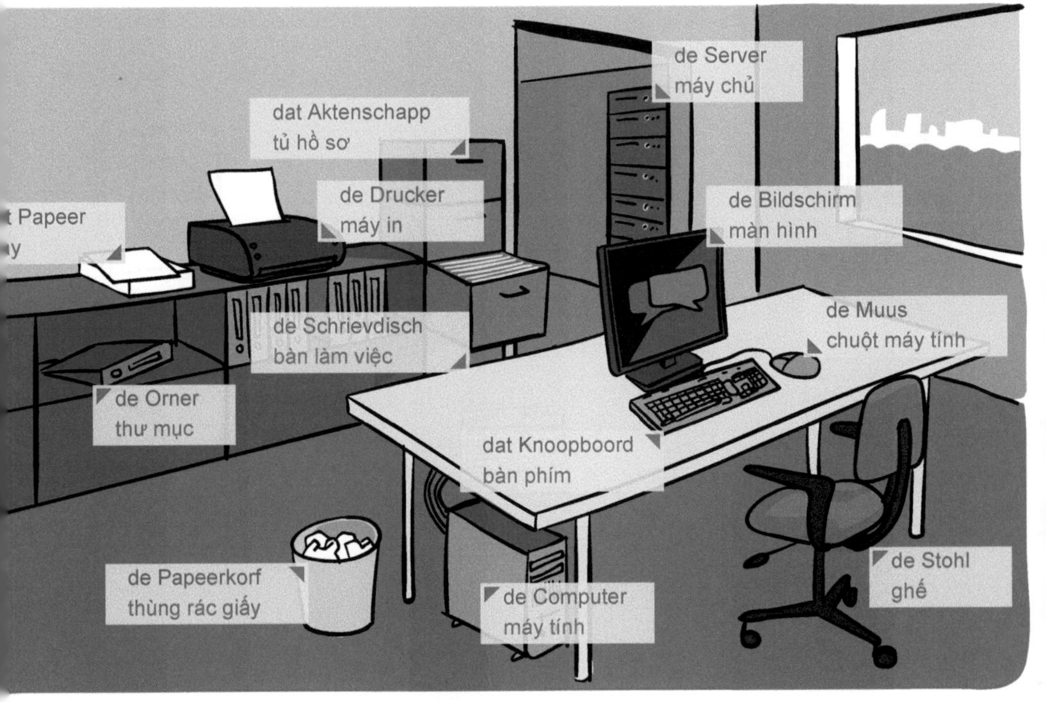

de Server
máy chủ

dat Aktenschapp
tủ hồ sơ

de Drucker
máy in

de Bildschirm
màn hình

t Papeer
y

de Schrievdisch
bàn làm việc

de Muus
chuột máy tính

de Orner
thư mục

dat Knoopboord
bàn phím

de Papeerkorf
thùng rác giấy

de Computer
máy tính

de Stohl
ghế

de Koffiebeker

cốc cà phê

de Taschenreekner

máy tính bỏ túi

dat Internet

internet

de Klappreekner

laptop

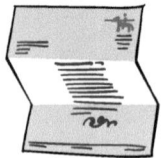

de Breef

thư

de Naricht

tin nhắn

de Ackersnacker

điện thoại di động

dat Nettwark

mạng

de Kopeerapparat

máy photocopy

de Software

phần mềm

de Klöönkassen

điện thoại

de Steekdoos

ổ cắm điện

de Faxapparat

máy fax

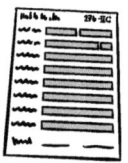

dat Formulor

mẫu đơn

dat Dokument

chứng từ

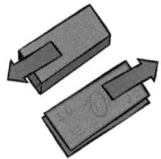

köpen
....
mua

betahlen
....
trả tiền

hanneln
....
buôn bán

dat Geld
....
tiền

de Dollar
....
đô la

de Euro
....
Euro

de Yen
....
yên

de Ruvel
....
rúp

de Swiezer Franken
....
franc Thụy Sĩ

de Renminbi Yuan
....
nhân dân tệ

de Rupie
....
rupi

de Geldautomat
....
máy rút tiền tự động

de Wesselstuuv

quầy đổi tiền

dat Gold

vàng

dat Sülver

bạc

dat Ööl

dầu

de Energie

năng lượng

de Pries

giá tiền

de Verdrag

hợp đồng

de Stüer

thuế

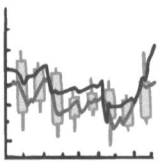

de Andeelschien

cổ phiếu

arbeiden

làm việc

de Anstellte

nhân viên

de Arbeitgever

chủ lao động

de Fabrik

nhà máy

de Hökerie

cửa hiệu

de Profeschonen
nghề nghiệp

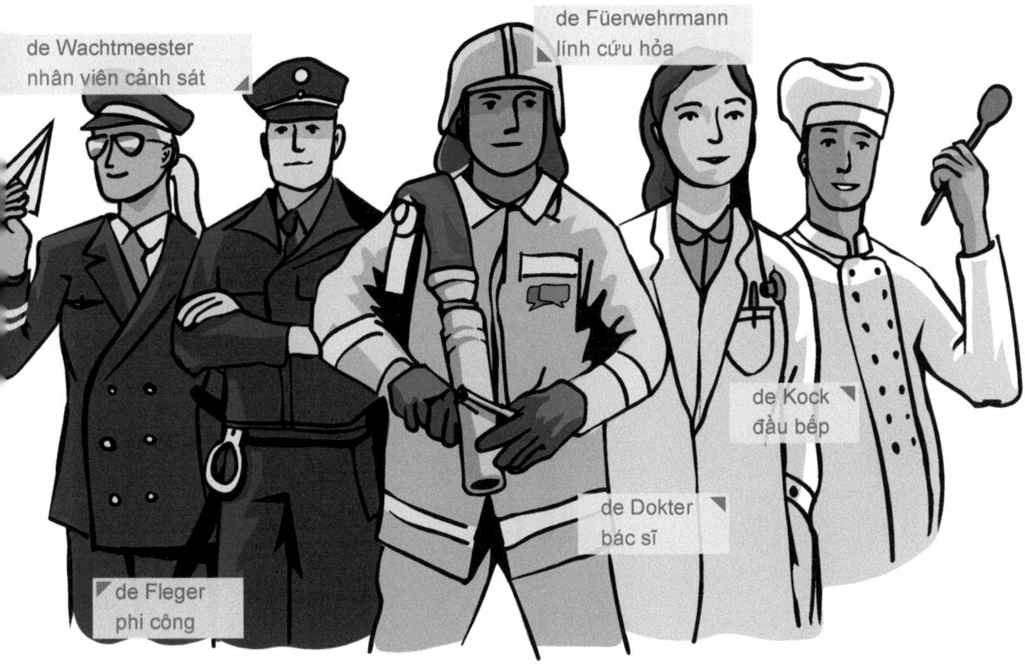

de Wachtmeester
nhân viên cảnh sát
de Füerwehrmann
lính cứu hỏa
de Kock
đầu bếp
de Dokter
bác sĩ
de Fleger
phi công

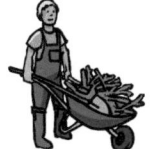

de Goorner

người làm vườn

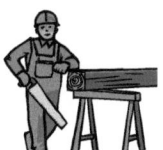

de Discher

thợ mộc

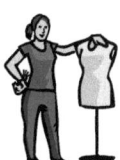

de Neihersche

thợ may

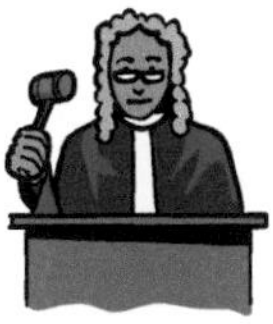

de Richter

chánh án

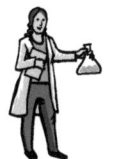

de Chemiker

nhà hóa học

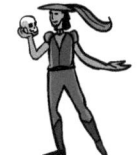

de Schauspeler

diễn viên

de Busfohrer

tài xế xe buýt

de Taxifohrer

người lái taxi

de Fischer

ngư dân

de Reinmaakfru

người lau dọn vệ sinh

de Dackdecker

thợ lợp mái nhà

de Kellner

bồi bàn

de Jäger

thợ săn

de Maler

họa sĩ

de Bäcker

thợ làm bánh

de Elektriker

thợ điện

de Buarbeider

thợ xây dựng

de Ingenieur

kỹ sư

de Slachter

người hàng thịt

de Klempner

thợ sửa ống nước

de Postbüdel

người đưa thư

de Suldat

người lính

de Architekt

kiến trúc sư

de Kasserer

nhân viên thu ngân

de Florist

người bán hoa

de Putzbüdel

thợ cắt tóc

de Schaffner

nhân viên soát vé

de Mechaniker

thợ cơ khí

de Kaptein

thuyền trưởng

de Tähndokter

nha sĩ

de Wetenschopler

nhà khoa học

de Rabbi

giáo sĩ Do thái

de Imam

lãnh tụ Hồi giáo

de Mönk

nhà sư

de Paap

mục sư

dat Warktüüch
dụng cụ

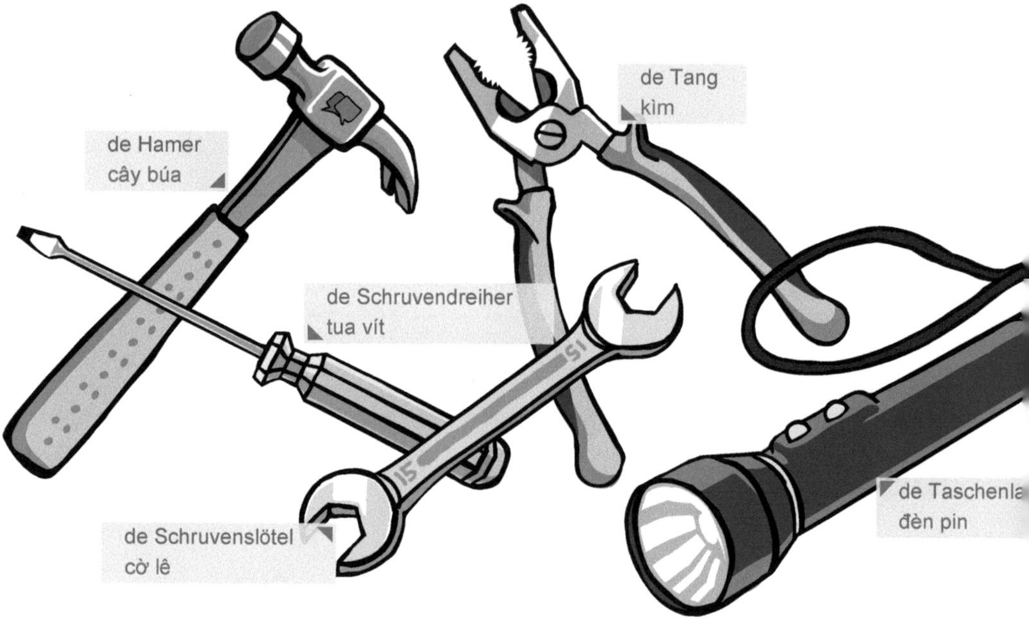

de Hamer
cây búa
de Tang
kìm
de Schruvendreiher
tua vít
de Schruvenslötel
cờ lê
de Taschenla
đèn pin

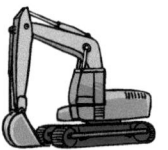

de Grieper

máy xúc đất

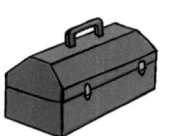

de Warktüüchkassen

hộp dụng cụ

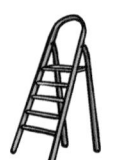

de Ledder

cái thang

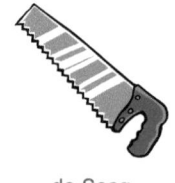

de Saag

cưa

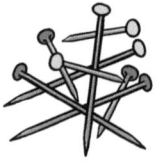

de Nagels

đinh

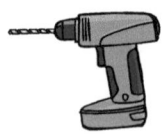

de Bohrer

máy khoan

heelmaken

sửa chữa

de Schüffel

cái xẻng

Schiet!

khốn nạn!

dat Kehrblick

cái hót rác

de Farvpott

thùng sơn

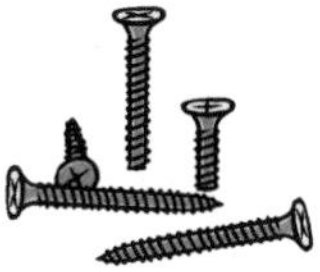

de Schruven

vít

de Musikinstrumenten
nhạc cụ

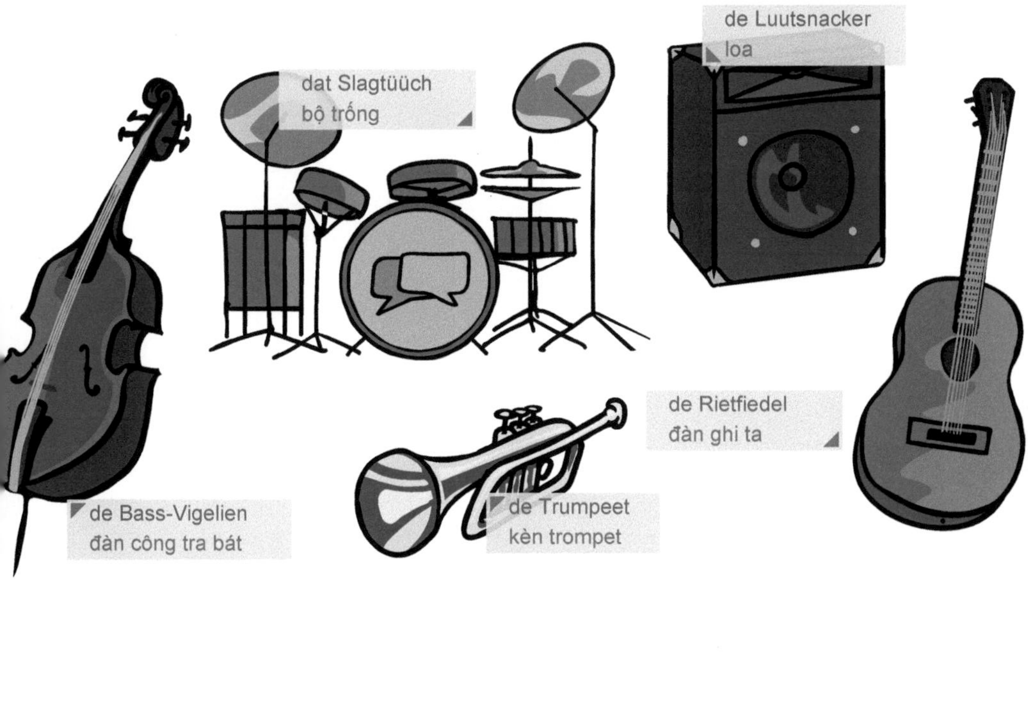

dat Slagtüüch
bộ trống

de Luutsnacker
loa

de Rietfiedel
đàn ghi ta

de Bass-Vigelien
đàn công tra bát

de Trumpeet
kèn trompet

dat Klaveer

đàn piano

de Vigelien

đàn vĩ cầm

de Bass

ghi ta bass

de Pauk

trống định âm

de Trummeln

trống

dat Keyboard

đàn organ

dat Saxophon

kèn Saxophone

de Fleut

sáo

dat Mikrofoon

micro

de Deertenpark
vườn bách thú

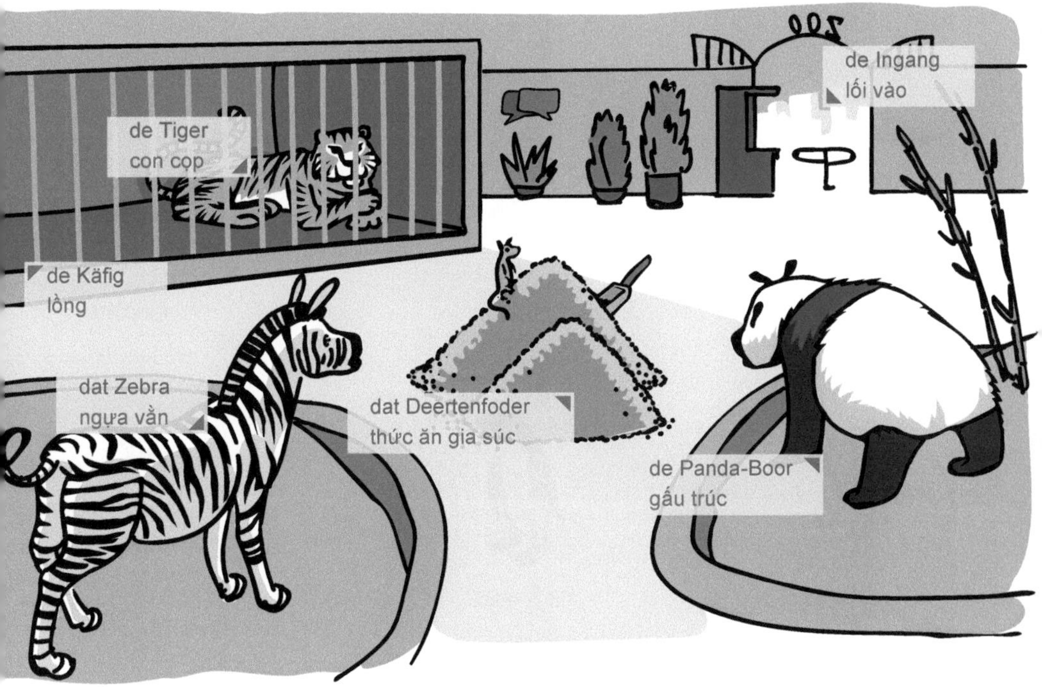
de Ingang
lối vào
de Tiger
con cọp
de Käfig
lồng
dat Zebra
ngựa vằn
dat Deertenfoder
thức ăn gia súc
de Panda-Boor
gấu trúc

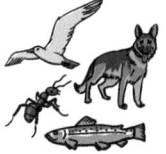

de Deerten
động vật

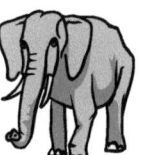

de Elefant
con voi

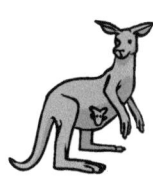

dat Känguru
chuột túi

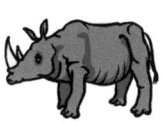

dat Neeshoorn
tê giác

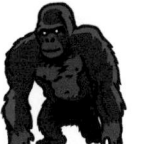

de Gorilla
khỉ đột

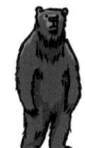

de Boor
con gấu

dat Kameel

lạc đà

de Struuß

đà điểu

de Lööv

sư tử

de Aap

con khỉ

de Flamingo

hồng hạc

de Papagoi

con vẹt

de Iesboor

gấu bắc cực

de Pinguin

chim cánh cụt

de Haifisch

cá mập

de Pageluun

con công

de Slang

con rắn

dat Krokodil

cá sấu

de Oppasser in'n
Deertenpark
người trông giữ vườn bách
thú

de Saalhund

hải cẩu

de Jaguor

báo đốm

dat Pony

ngựa lùn

de Leopard

con báo

dat Nilpeerd

hà mã

de Giraff

hươu cao cổ

de Aadler

đại bàng

dat Wildswien

heo rừng

de Fisch

cá

de Schildkrööt

con rùa

dat Walross

hải mã

de Voss

con cáo

de Gazell

linh dương

de Amerikaansch Football
bóng bầu dục Mỹ

dat Radfohren
đua xe đạp

dat Tennis
quần vợt

de Korfball
bóng rổ

dat Swümmen
bơi

dat Boxen
đấm bốc

dat Ieshockey
khúc côn cầu trên bă

de Football
bóng đá

dat Fedderball
cầu lông

de Leichtathletik
điền kinh

de Handball
bóng ném

dat Skilopen
trượt tuyết

dat Polo
polo

de Aktivitäten
các hoạt động

springen
nhảy
ümarmen
ôm
lachen
cười
gahn
đi bộ
singen
ca hát
drömen
mơ
beden
cầu nguyện
snuteln
hôn

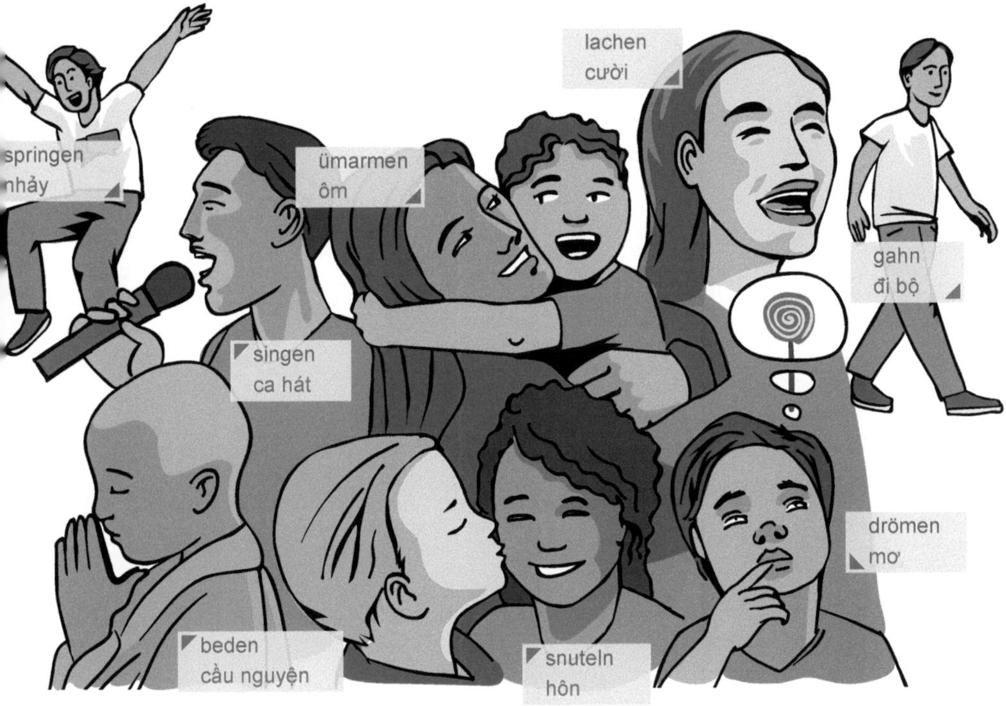

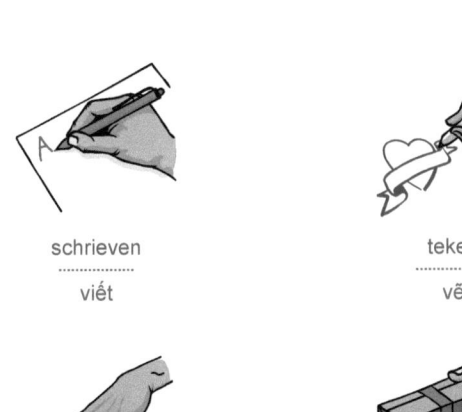

schrieven

viết

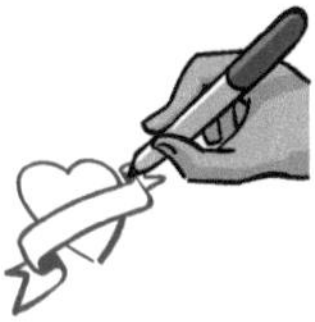

teken

vẽ

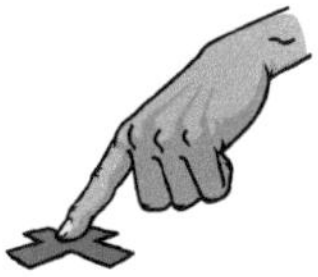

wiesen

chỉ trỏ

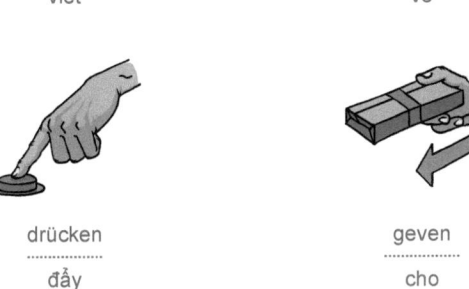

drücken

đẩy

geven

cho

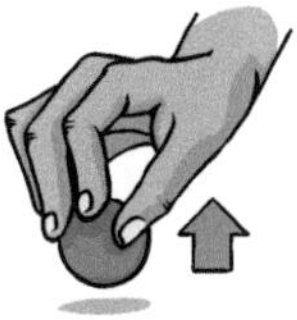

nehmen

lấy đi

hebben

có

doon

làm

sien

thì / là

stahn

đứng

lopen

chạy

trecken

kéo

smieten

ném

fallen

rơi

liggen

nằm

töven

chờ đợi

dregen

mang vác

sitten

ngồi

antrecken

mặc quần áo

slapen

ngủ

opwaken

thức dậy

ankieken

xem

wenen

khóc

eien

vuốt ve

kämmen

chải

snacken

nói chuyện

verstahn

hiểu

fragen

câu hỏi

hören

nghe

drinken

uống

eten

ăn

oprümen

dọn dẹp

leefhebben

yêu

kaken

nấu nướng

fohren

lái xe

flegen

bay

segeln

đi thuyền buồm

reken

tính toán

lesen

đọc

lehren

học

arbeiden

làm việc

de Plünnen tohoopsmieten

cưới

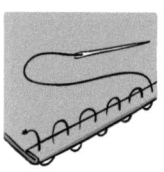

neihen

khâu vá

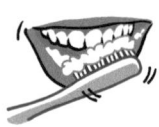

Tähnen putzen

đánh răng

dootmaken

giết

smöken

hút thuốc

schicken

gửi đi

de Familje

gia đình

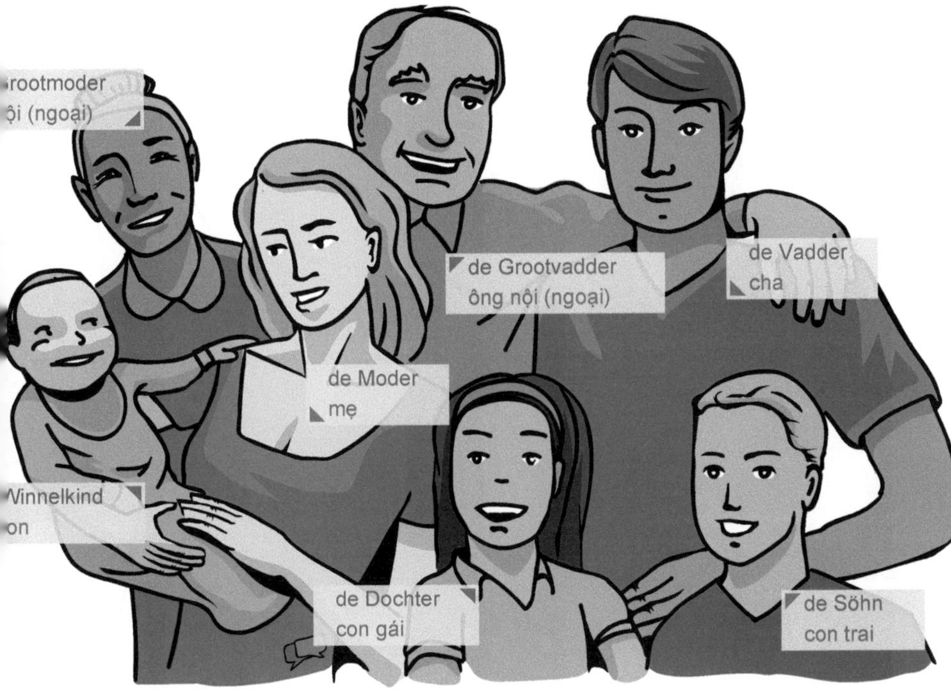

rootmoder
ội (ngoại)
de Grootvadder
ông nội (ngoại)
de Vadder
cha
de Moder
mẹ
Vinnelkind
on
de Dochter
con gái
de Söhn
con trai

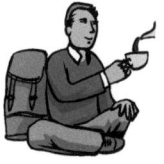

de Gast

khách

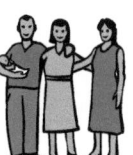

de Tant

cô (dì)

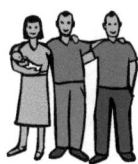

de Unkel

chú, bác (cậu)

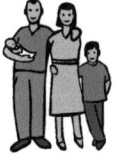

de Broder

anh (em) trai

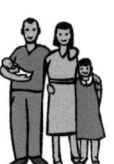

de Süster

chị (em) gái

de Lief
cơ thể

de Vörkopp
trán
dat Oog
mắt
de Schuller
vai
de Finger
ngón tay
dat Gesicht
mặt
dat Kinn
cằm
de Hand
bàn tay
dat Been
chân
de Bost
ngực
de Arm
cánh tay

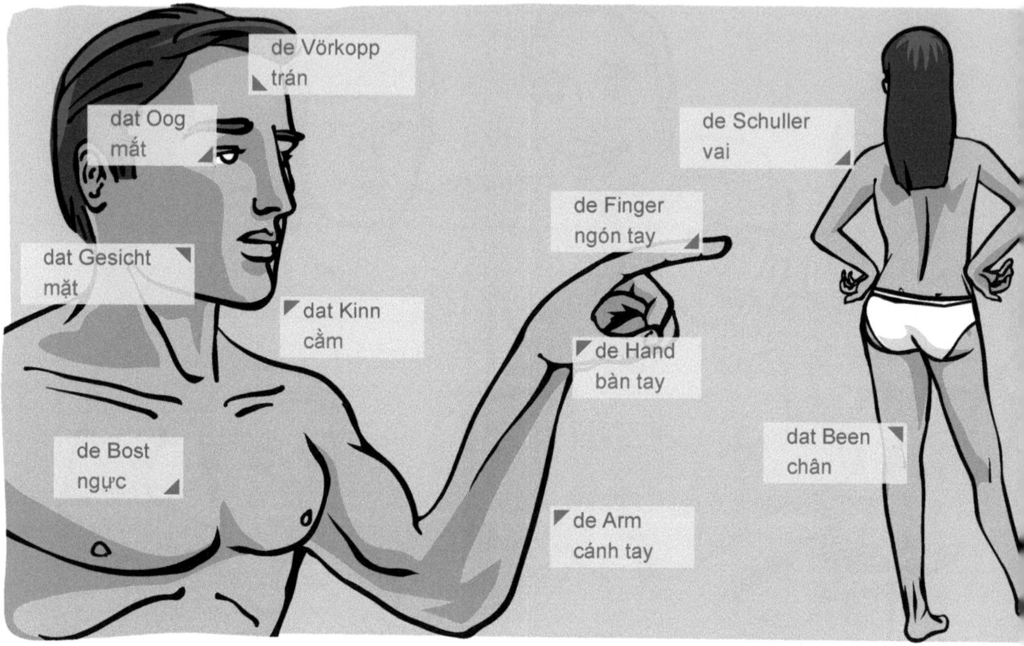

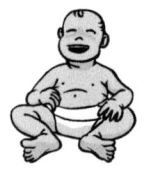

dat Winnelkind
trẻ con

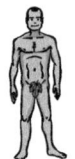

de Mann
đàn ông

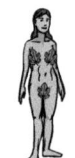

de Fro
phụ nữ

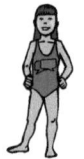

de Deern
bé gái

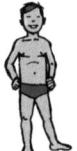

de Jung
bé trai

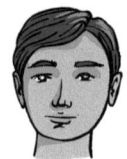

de Arm
đầu

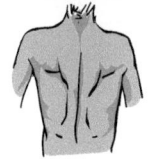

de Rüch

lưng

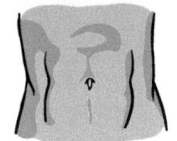

de Buuk

bụng

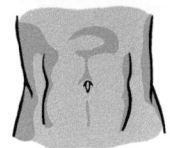

de Navel

rốn

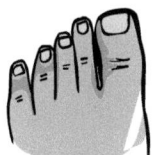

de Teh

ngón chân

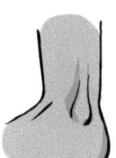

de Hack

gót chân

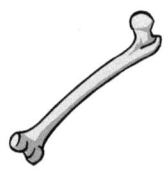

de Knaken

xương

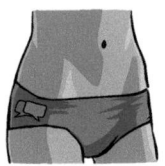

de Hüft

hông

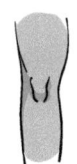

dat Knee

đầu gối

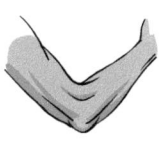

de Ellbagen

khuỷu tay

de Nees

mũi

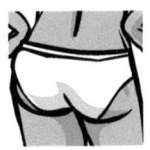

de Achtersen

mông

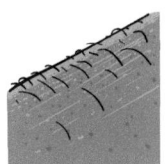

de Huut

da

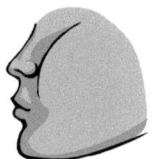

de Back

má

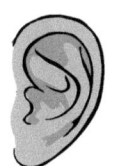

dat Ohr

tai

de Lipp

môi

de Mund

miệng

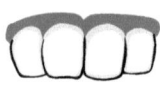

de Tähn

răng

de Tung

lưỡi

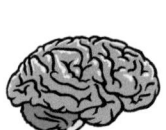

de Bregen

não

dat Hart

tim

de Muskel

cơ bắp

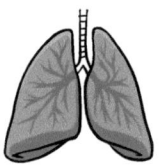

de Lung

phổi

de Lever

gan

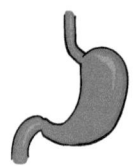

de Maag

dạ dày

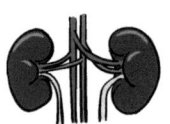

de Neren

thận

de Bislaap

giao hợp

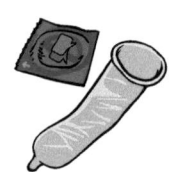

dat Kondoom

bao cao su

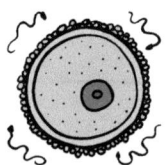

de Eizell

noãn

dat Sperma

tinh dịch

de Anner Ümstänn

mang thai

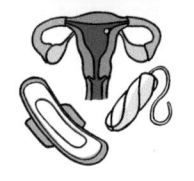

de Menstruatschoon

kinh nguyệt

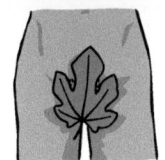

de Scheed

âm vật

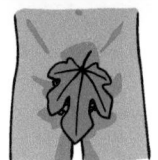

de Pint

dương vật

de Ogenbroe

lông mày

dat Hoor

tóc

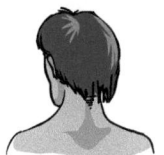

de Hals

cổ

dat Krankenhuus
bệnh viện

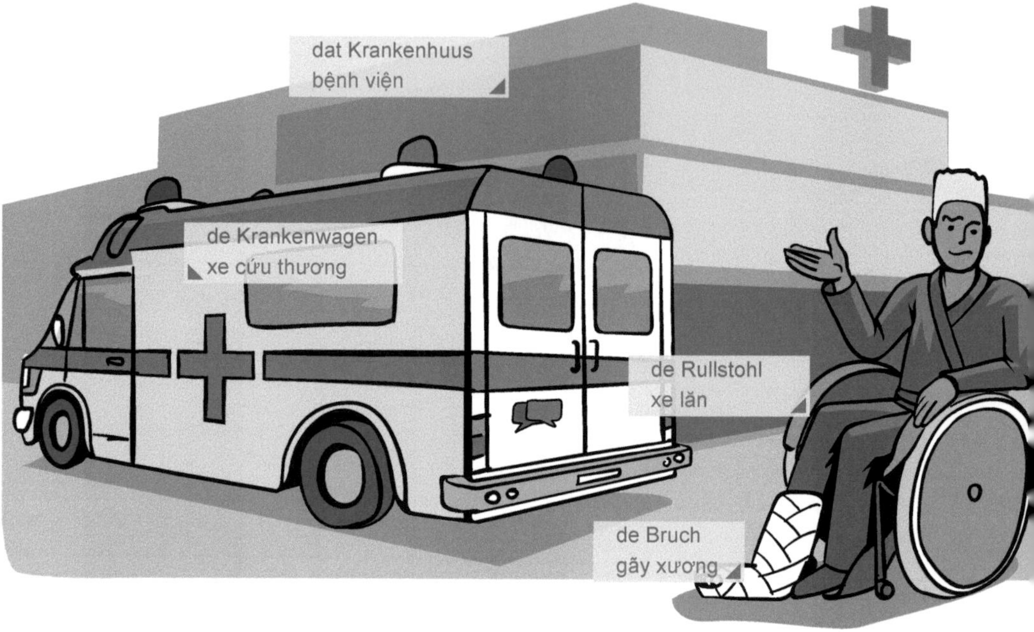

dat Krankenhuus
bệnh viện
de Krankenwagen
xe cứu thương
de Rullstohl
xe lăn
de Bruch
gãy xương

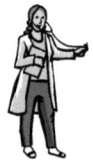

de Dokter

bác sĩ

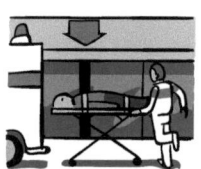

de Nootopnahm

phòng cấp cứu

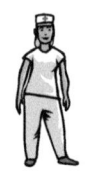

de Krankensüster

y tá

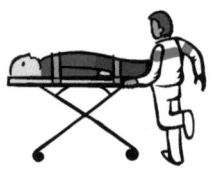

de Nootfall

cấp cứu

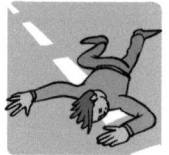

ahnmächtig

bất tỉnh

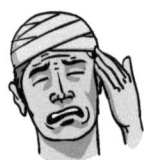

de Wehdaag

cơn đau

de Verwunnen

bị thương

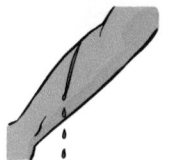

de Blöden

chảy máu

de Hartinfarkt

nhồi máu cơ tim

de Slaganfall

đột quỵ

de Allergie

dị ứng

de Hoosten

ho

dat Fever

sốt

de Gripp

cúm

de Dörchfall

tiêu chảy

de Koppwehdaag

đau đầu

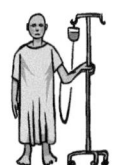

de Kreeft

ung thư

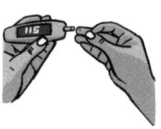

de Zuckersüük

bệnh tiểu đường

de Chirurg

bác sĩ phẫu thuật

dat Chirurgsch Mess

dao mổ

de Operatschoon

giải phẫu

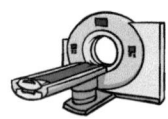

dat CT

chụp cắt lớp

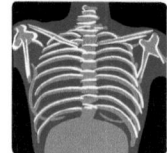

de Dörchlüchten

chụp x-quang

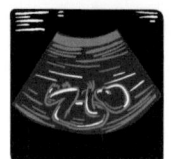

de Ultraschall

siêu âm

de Mask

mặt nạ

de Krankheit

bệnh

de Töövruum

phòng đợi

de Krück

cái nạng

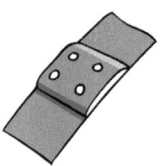

dat Plaaster

băng dán vết thương

de Verband

băng bó

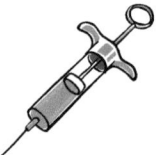

de Insprütten

tiêm thuốc

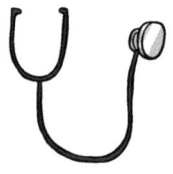

dat Stethoskop

ống nghe khám bệnh

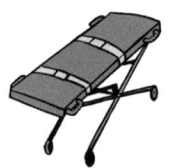

de Draag

băng ca

dat Feverthermometer

nhiệt kế

de Geboort

sinh đẻ

dat Övergewicht

thừa cân

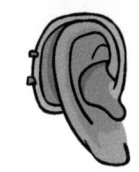

de Höörapparat

máy trợ thính

dat Kiemfriemiddel

chất khử trùng

de Ansteken

nhiễm trùng

de Virus

vi rút

dat HIV / AIDS

HIV / AIDS

dat Heelmiddel

thuốc

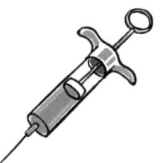

de Impen

tiêm chủng

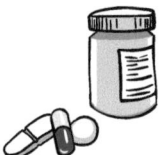

de Tabletten

thuốc viên

de Pill

viên thuốc

de Nootroop

gọi cấp cứu

de Blootdruck-Meter

máy đo huyết áp

krank / gesund

bệnh / khỏe mạnh

Hölp!

cứu!

de Alarm

báo động

de Överfall

cuộc đột kích

de Angreep

sự tấn công

de Gefohr

mối nguy hiểm

de Nootutgang

lối thoát hiểm

dat Füer!

cháy!

de Füerlöscher

bình chữa cháy

de Unfall

tai nạn

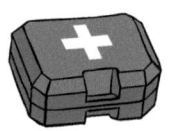

de Noothölpkoffer

bộ dụng cụ sơ cứu

SOS

SOS

de Polizei

cảnh sát

Europa

châu Âu

Noordamerika

Bắc Mỹ

Süüdamerika

Nam Mỹ

Afrika

châu Phi

Asien

châu Á

Australien

châu Úc

de Atlantik

Đại Tây Dương

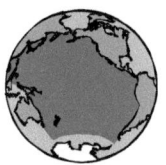

de Pazifik

Thái Bình Dương

dat Indisch Weltmeer

Ấn Độ Dương

at Antarktisch Weltmeer

Nam Cực Dương

dat Arktisch Weltmeer

Bắc Băng Dương

de Noordpol

bắc cực

de Süüdpol

nam cực

de Antarktis

nam cực

de Eerd

trái đất

dat Land

đất liền

de See

biển

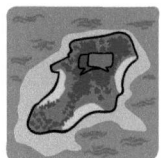

dat Eiland

đảo

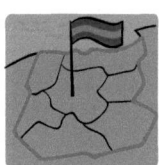

de Natschoon

quốc gia

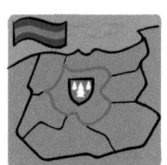

de Staat

nhà nước

dat Tallenblatt

mặt đồng hồ

de Stunnenwieser

kim chỉ giờ

de Minutenwieser

kim chỉ phút

de Sekunnenwieser

kim chỉ giây

Wo laat is dat?

Bây giờ là mấy giờ?

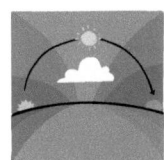

de Dag

ngày

de Tiet

thời gian

nu

bây giờ

de digetaalsch Klock

đồng hồ điện tử

de Minuut

phút

de Stunn

giờ

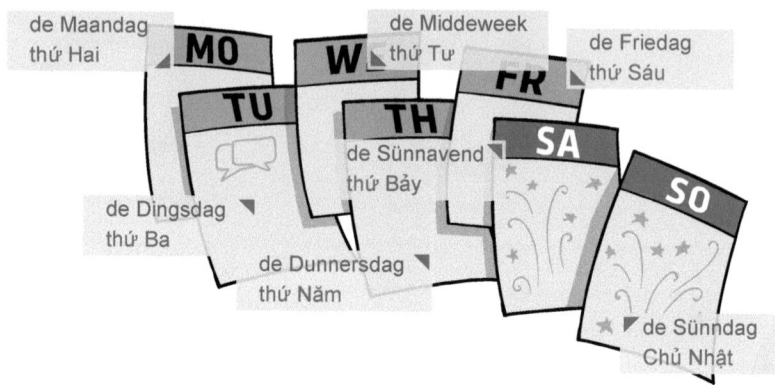

de Maandag
thứ Hai

de Middeweek
thứ Tư

de Friedag
thứ Sáu

de Dingsdag
thứ Ba

de Sünnavend
thứ Bảy

de Dunnersdag
thứ Năm

de Sünndag
Chủ Nhật

güstern

hôm qua

hüüt

hôm nay

morgen

ngày mai

de Morgen

buổi sáng

de Meddag

buổi trưa

de Avend

buổi tối

de Arbeitsdaag

ngày làm việc

dat Wekenenn

cuối tuần

dat Johr

năm

de Regen
mưa
de Regenbagen
cầu vồng
de Wind
gió
de Snee
tuyết
dat Fröhjohr
mùa xuân
de Sommer
mùa hè
de Harvst
mùa thu
de Winter
mùa đông

4.APRIL 11°
5.APRIL 4°
6.APRIL 13°
7.APRIL 8°
8.APRIL 10°

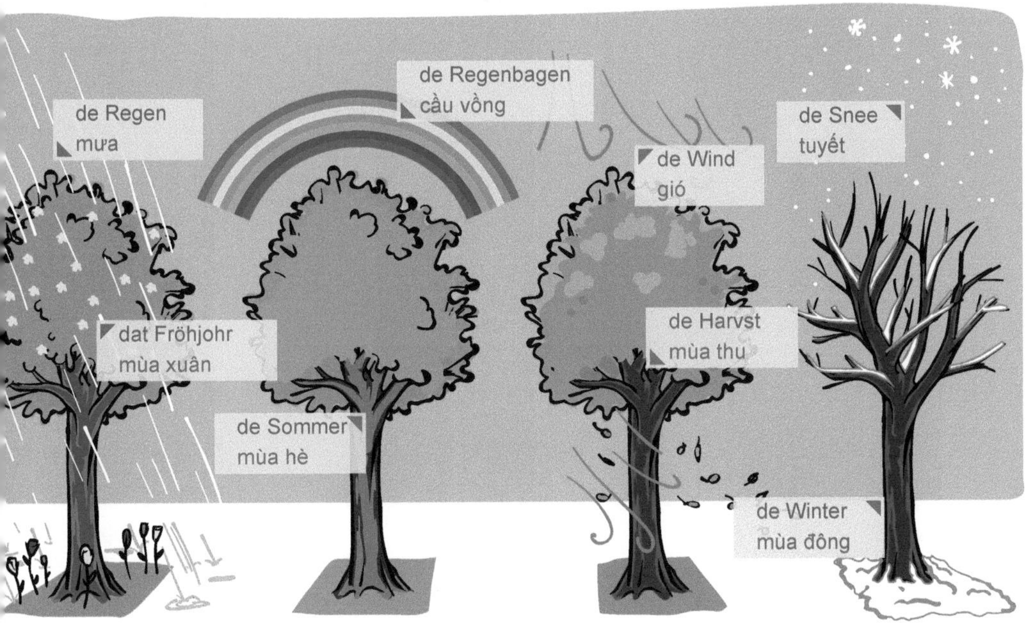

de Wedervörhersaag

dự báo thời tiết

F
C
120
90
60
30
0
-30
40
30
20
10
0
-10
-20

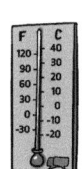

dat Thermometer

nhiệt kế

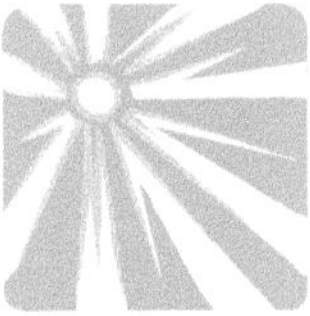

de Sünnenschien

ánh nắng

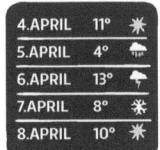

de Wulk

mây

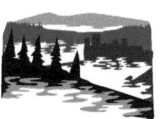

de Nevel

sương mù

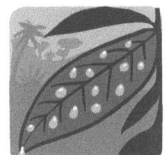

de Luftfuchtigkeit

độ ẩm không khí

de Blitz

tia chớp

de Dunner

sấm sét

de Storm

cơn bão

de Hagel

mưa đá

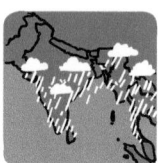

de Monsun

gió mùa

de Floot

lũ lụt

dat Ies

nước đá

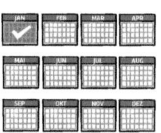

de Januormaand

tháng Một

de Februormaand

tháng Hai

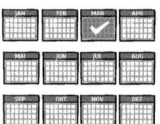

de Martmaand

tháng Ba

de Aprilmaand

tháng Tư

de Maimaand

tháng Năm

de Junimaand

tháng Sáu

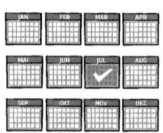

de Julimaand

tháng Bảy

de Augustmaand

tháng Tám

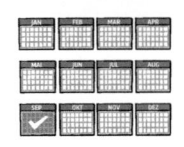

de Septembermaand

tháng Chín

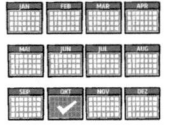

de Oktobermaand

tháng Mười

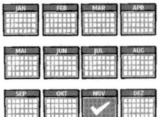

de Novembermaand

tháng Mười Một

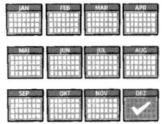

de Dezembermaand

tháng Mười Hai

de Formen
hình dạng

de Krink

hình tròn

dat Quadrat

hình vuông

dat Rechteck

hình chữ nhật

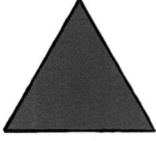

dat Dreeeck

hình tam giác

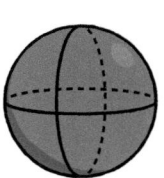

de Kugel

hình cầu

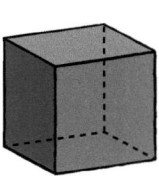

de Wörpel

khối vuông

witt

màu trắng

geel

màu vàng

orangsch

màu cam

pink

màu hồng

root

màu đỏ

lila

màu tím

blau

màu xanh dương

gröön

màu xanh lá cây

bruun

màu nâu

gries

màu xám

swart

màu đen

veel / wenig

nhiều / ít

böös / verdreeglich

tức tối / điềm tĩnh

smuck / mies

xinh đẹp / xấu xí

de Begünn / dat Enn

bắt đầu / kết thúc

groot / lütt

to / nhỏ

hell / düüster

sáng / tối

de Broder / de Süster

h (em) trai / chị (em) gái

schier / schietig

sạch / bẩn

kumpleet / nich kumpleet

đủ / thiếu

de Dag / de Nacht

ngày / đêm

doot / lebennig

chết / sống

breet / small

rộng / chật hẹp

geneetbor / nich geneetbor

ăn được / không ăn được

böös / fründlich

ác / tử tế

fickerig / langwielt

hào hứng / chán nản

dick / dünn

béo / gầy

toeerst / toletzt

đầu tiên / cuối cùng

de Fründ / de Fiend

bạn / thù

vull / leddig

đầy / rỗng

hart / week

cứng / mềm

swoor / licht

nặng / nhẹ

de Smacht / de Döst

đói / khát

krank / gesund

bệnh / khỏe mạnh

nich na't Recht / na't Recht

bất hợp pháp / hợp pháp

klook / dummerhaftig

thông minh / ngu

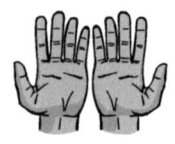

linkerhand / rechterhand

trái / phải

neeg / feern

gần / xa

nieg / bruukt

mới / cũ

nix / wat

không có gì cả / có cái gì đó

oolt / jung

già / trẻ

an / ut

bật / tắc

apen / slaten

mở / đóng

lies / luut

im lặng / ồn ào

riek / arm

giàu / nghèo

richtig / verkehrt

đúng / sai

ruug / glatt

sần sùi / mịn màng

trurig / glücklich

buồn / vui

kort / lang

ngắn / dài

suutje / flink

chậm / nhanh

natt / dröög

ẩm ướt / khô ráo

warm / köhl

ấm áp / mát mẻ

de Krieg / de Freden

chiến tranh / hòa bình

0	**1**	**2**
null	een	twee
số không	một	hai

3	**4**	**5**
dree	veer	fief
ba	bốn	năm

6	**7**	**8**
söss	söven	acht
sáu	bảy	tám

9	**10**	**11**
negen	teihn	ölven
chín	mười	mười một

12

twölf
mười hai

13

dörteihn
mười ba

14

veerteihn
mười bốn

15

föffteihn
mười lăm

16

sössteihn
mười sáu

17

söventeihn
mười bảy

18

achtteihn
mười tám

19

negenteihn
mười chín

20

twintig
hai mươi

100

hunnert
một trăm

1.000

dusend
một ngàn

1.000.000

million
một triệu

dat Engelsch

tiếng Anh

dat Amerikaansch Engelsch

tiếng Anh Mỹ

dat Chineesch Mandarin

tiếng Quan Thoại

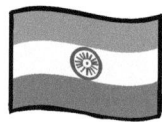

dat Hindi

tiếng Hin-di

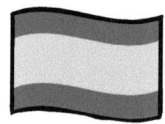

dat Spaansch

tiếng Tây Ban Nha

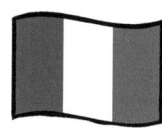

dat Franzöösch

tiếng Pháp

dat Araabsch

tiếng Ả-rập

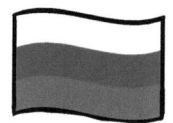

dat Rusch

tiếng Nga

dat Portugiesch

tiếng Bồ Đào Nha

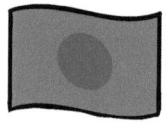

dat Bengaalsch

tiếng Bengal

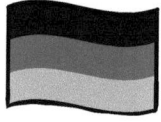

dat Düütsch

tiếng Đức

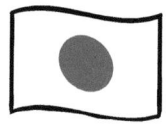

dat Japaansch

tiếng Nhật

ik
....
tôi

du
....
bạn

he / se / dat
....
anh ta / cô ta / nó

wi
....
chúng tôi

ji
....
các bạn

se
....
họ

keen?
....
ai?

wat?
....
cái gì?

woans?
....
như thế nào?

woneem?
....
ở đâu?

wannehr?
....
lúc nào?

de Naam
....
tên

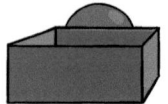

achter

phía sau

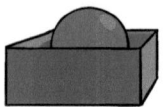

in

ở trong

vör

phía trước

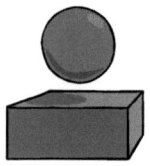

över

phía trên

op

ở trên

ünner

ở dưới

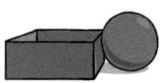

blangen

bên cạnh

twüschen

ở giữa

de Oort

chỗ